അമർഷത്തിന്റെ കഥകൾ

അടിയന്തരാവസ്ഥയിലെ പോരാട്ടത്തിന്റെ കഥകൾ

amarshathinte kadhakal
adiyantharavasthayile porattathinte kadhakal
stories

•

first edition
june 1977

•

second edition
august 2015

•

typesetting
dbh overbridge, TVPM

•

publishers
chintha publishers, thiruvananthapuram

•

•

cover
sudheer py

•

വിതരണം

ദേശാഭിമാനി ബുക്ക് ഹൗസ്

H O തിരുവനന്തപുരം-695 035
phone: 0471-2303026, 6063026
www.chinthapublishers.com
chinthapublishers@gmail.com

ബ്രാഞ്ചുകൾ

ഹെഡ്ഡാഫീസ് ബ്രാഞ്ച് കുന്നുകുഴി • സ്റ്റാച്ച്യു തിരുവനന്തപുരം • കെ എസ് ആർ ടി സി ബസ് സ്റ്റേഷൻ ആലപ്പുഴ • കെ എസ് ആർ ടി സി ബസ് സ്റ്റേഷൻ എറണാകുളം • ചിറ്റൂർ റോഡ് എറണാകുളം • മച്ചിങ്ങൽ ലെയ്ൻ തൃശൂർ • ഐ ജി റോഡ് കോഴിക്കോട് • മാവൂർ റോഡ് കോഴിക്കോട് • എൻ ജി ഒ യൂണിയൻ ബിൽഡിങ് കണ്ണൂർ • സെൻട്രൽ ബസ് ടെർമിനൽ കോംപ്ലക്സ് താവക്കര കണ്ണൂർ

CR - 1444 / 3712

അമർഷത്തിന്റെ കഥകൾ

അടിയന്തരാവസ്ഥയിലെ
പോരാട്ടത്തിന്റെ കഥകൾ

ചിന്ത പബ്ലിഷേഴ്സ്
തിരുവനന്തപുരം-695 035

കാക്കനാടൻ
വി കെ എൻ
എം പി നാരായണപ്പിള്ള
എം സുകുമാരൻ
പട്ടത്തുവിള കരുണാകരൻ
യു പി ജയരാജ്
പെരുമ്പടവം ശ്രീധരൻ
സി വി ബാലകൃഷ്ണൻ
എസ് വി വേണുഗോപൻ നായർ
എം കെ ഗംഗാധരൻ
ബക്കളം ദാമോദരൻ
സി ഉസ്മാൻ
ഉഷാ നമ്പ്യാർ
നാരായണൻ ചെമ്മലശ്ശേരി

ഉള്ളടക്കം

പ്രസാധകക്കുറിപ്പ്

ഭീകരതയുടെ നാളുകളായിരുന്നു അടിയന്തരാവസ്ഥയുടേത്. ഭീരുക്കളെ, പുഴുക്കളെപ്പോലെ ഏത് മലിനമായ അവസ്ഥയിലേക്കും നയിക്കാൻ ഭരണകൂടത്തിന് അന്ന് സാധിച്ചിരുന്നു.കുമ്പിടാൻ പറഞ്ഞാൽ മുട്ടിലിഴയുന്ന മഹാമനീഷികളും ചിന്തകന്മാരും കവികളും സുഖശീതളാവസ്ഥയിൽ ജീവിച്ചിരുന്ന കാലമായിരുന്നു അത്. ക്ലാസ് മുറികളും സാഹിത്യവേദികളും നാടകശാലകളും കടുത്ത സെൻസർഷിപ്പിന് വിധേയമായി. ഗാന്ധിജിയുടെയും ജവാഹർലാൽ നെഹ്രുവിന്റെയും വാക്കുകൾക്ക് വിലങ്ങുവീണു. ടോൾസ്റ്റോയിയുടെയും ടാഗോറിന്റെയും വാക്കുകൾ അനഭിമതമായി. ജനാധിപത്യ സ്ഥാപനങ്ങൾ പരിഹാസ്യങ്ങളായി. പാർലമെന്ററി പ്രവർത്തനം അസാദ്ധ്യമായിത്തീർന്നു. പത്രങ്ങൾ സെൻസർഷിപ്പിനെ നേരിട്ടു. “എഴുത്തോ നിന്റെ കഴുത്തോ” ഏതാണ് വേണ്ടതെന്ന ചോദ്യമുണ്ടായി.

കഴുത്തിനേക്കാൾ എഴുത്താണ് പ്രധാനമെന്ന് കരുതിയ കുറേ എഴുത്തുകാരുണ്ടായിരുന്നു. അവർ കഥകളും കവിതകളും എഴുതി. സ്വാതന്ത്ര്യത്തിന്റെ അർത്ഥം ഇന്ത്യയിൽ പൂർണ്ണമായി നഷ്ടമായില്ല എന്ന് സമാശ്വസിക്കാൻ കഴിയുന്ന കഥാരചനകൾ സമാഹരിച്ച് 1977 ജൂണിൽ ചിന്ത *അമർഷത്തിന്റെ കഥകൾ* പ്രസിദ്ധീകരിച്ചു.

സ്വാതന്ത്ര്യനിഷേധത്തിന്റെ കാലൊച്ചകൾ അരികെയും അകലെയും കേൾക്കുന്ന ഒരു സന്ദർഭത്തിലൂടെയാണ് അടിയന്തരാവസ്ഥയുടെ നാല്പതാം വർഷം കടന്നുപോകുന്നത്. അതുകൊണ്ടുതന്നെ *അമർഷത്തിന്റെ കഥകളു*ടെ രണ്ടാം പതിപ്പ് പ്രസക്തമായിത്തീരുന്നു.

ചിന്ത പബ്ലിഷേഴ്സ്

കാളിയമർദ്ദനം

കാക്കനാടൻ

ഒരു ഇടിവാൾ മാതിരിയാണ് ആ വൃത്താന്തം ഗ്രാമത്തിന്മേൽ വീണത്. ഗ്രാമഹൃദയം ചിറകിട്ടടിച്ചു. ആകാശത്തിൽ നിന്നിറങ്ങിവന്ന ഒരു കരിമേഘം പോലെ ഭീതി ഗ്രാമത്തെ ചൂഴ്ന്നു നിന്നു. പ്രഭാതത്തിന് അതിന്റെ പ്രകാശം നഷ്ടപ്പെട്ടതുപോലെ ആയിരുന്നു. പകൽ വളർന്നിട്ടും പ്രകാശം ഏറിയില്ല. പ്രകാശം ഭയത്തിന്റെ മേഘമാലകളിൽ കടന്നുചെന്ന് ഒളിച്ചിരുന്നു.

വെളുപ്പിനേ ചൂണ്ടയ്ക്കുപോയ കുറുവച്ചനും കൂട്ടുകാരുമാണ് വാർത്ത കൊണ്ടുവന്നത്. കുറുവച്ചന്റെയും കൂട്ടുകാരുടെയും നരച്ച കണ്ണുകളിൽ പേടി വിരിഞ്ഞു നിന്നിരുന്നു. അവരുടെ ശബ്ദങ്ങളിൽ കിടിലമുണ്ടായിരുന്നു. വാക്കുകൾ അവരുടെ വായ്കൾക്കുള്ളിൽ മടിച്ചുനിന്നു. പിന്നെ തെന്നിത്തെറിച്ചു വിക്കി വിക്കി, ഞെങ്ങി, ഞെരുങ്ങി പുറത്തേക്കു അടർന്നുവീണു. അടർന്നുവീണ വാക്കുകൾ ശ്രോതാക്കളെ നടുക്കി.

കേട്ടവരും പറഞ്ഞവരെപ്പോലെയായി. അവർ പിന്നീടുപറയുന്നവരായപ്പോൾ അവരുടെ തൊണ്ടകളിലും വെള്ളം വറ്റുകയും അവരുടെ വാക്കുകളും നീരുവറ്റിയ ചണ്ടികൾ മാതിരി ഒരു വരണ്ട ശബ്ദത്തോടെ പുറത്തേക്കു തെറിക്കുകയും ചെയ്തു. പുതിയ കേൾവിക്കാർ ഭീതിയുടെ അങ്കഗണിതത്തിലെ അക്കങ്ങളായി.

ഗ്രാമവാസികളിൽ നിന്ന് അവരുടെ ജീവനും ചൈതന്യവും വാർന്നു പോയി.

തലമൂത്തവർ, മറ്റുള്ളവരെ ആശ്വസിപ്പിക്കേണ്ടവർ, സ്വയം ഭയത്തിന്റെ കൂപങ്ങളിലേക്ക് വീണുപോകയാൽ, ആശ്വസിപ്പിക്കാൻ ആവാത്തവരായി മാറി. അവരെ ആശ്വസിപ്പിക്കാനെത്തുന്ന അത്ഭുതങ്ങളെ

കാത്തു, നിശ്ശബ്ദരായി, ഭീതിഗ്രസ്തരായി, അവർ സ്വന്തം മാളങ്ങളിൽ പതുങ്ങിയിരുന്നു.

എന്നിട്ടും തലമൂത്തവരുടെ ആസ്ഥാനങ്ങൾക്കു മുന്നിൽ ജനം കാത്തുനിന്നു. ഉള്ളിൽ നിന്ന് ആശ്വാസത്തിന്റെയും ജ്ഞാനത്തിന്റെയും ശബ്ദം എത്തുമെന്ന് അവർ പ്രതീക്ഷിച്ചു.

അവരുടെ പേടി നേർത്ത ഞരക്കങ്ങളിലൂടെ പുറത്തേക്ക് വരികയും ഞരക്കങ്ങൾ ഒന്നുചേർന്ന് ഒരു ഇരമ്പമാവുകയും ചെയ്തപ്പോൾ, ഉള്ളിലിരുന്ന നായകർക്ക് ഇരിക്കപ്പൊറുതി ഇല്ലാതായി. അവരും പുറത്തിറങ്ങിവന്നു. ആകാശത്തിൽ നിന്നു വരേണ്ട അതിശയങ്ങളെ കാത്ത്, തേഞ്ഞുകൊണ്ടിരുന്ന പ്രത്യാശയോടെ മുകളിലേക്ക് നോക്കിനിന്നു.

കുറുവച്ചന്റെ വാക്കുകൾ ഓരോ ആവർത്തനത്തിലും ഒരു പുതിയ നടുക്കം സൃഷ്ടിച്ചുകൊണ്ട് ആൾക്കാരുടെ ഉള്ളിൽ മുഴങ്ങിക്കൊണ്ടേയിരുന്നു.

“പുഴവക്കത്ത് ഒരു കറവപ്പശുവിന്റെ ശവം അടിഞ്ഞു കയറിയിരിക്കുന്നു. അതിനു കടും നീലനിറമാണ്.”

തലമൂത്തവരുടെ നിഗമനം: ഏതോ വിഷജന്തു ഗ്രാമത്തെ നശിപ്പിക്കാൻ അവതരിച്ചിരിക്കുന്നു. ഏതോ ശാപം ഗ്രാമത്തെ ഗ്രസിച്ചിരിക്കുന്നു.

ഗ്രാമവാസികൾ കൂട്ടംകൂട്ടമായി പുഴയോരത്തേക്കു നടന്നു. നടുക്കത്തോടെ ആ കാഴ്ച കണ്ടു. ചത്തടിഞ്ഞു കരയ്ക്കു കയറിക്കിടക്കുന്ന പശു. മേലാകെ നീലനിറം. വിഷത്തിന്റെ നിറം.

മാറു മറയ്ക്കാത്ത വലിയമ്മമാർ മാറത്തുതല്ലിക്കരഞ്ഞു. സ്ത്രീകളും കുട്ടികളും അലമുറയിട്ടു നിലവിളിച്ചു. മരണഭയം പകർച്ചവ്യാധിപോലെ പടർന്നു പിടിച്ചു.

ഒടുവിൽ ഗ്രാമത്തലവൻ സന്ദർഭത്തിനൊത്തുയർന്നു.

“നാം ഓരോരുത്തരും അവനവന്റെ തൊഴിലിലേക്കു മടങ്ങുക. ഒരു നാൾകൂടി കാക്കുക. വൈകുന്നേരം അമ്പലനടയിൽ കൂടുക. നേർച്ചകാഴ്ചകൾ നടത്തുക.”

ആൾക്കാർ പിരിഞ്ഞു. എന്നാൽ അവർക്ക് ആർക്കുംതന്നെ പൂർണ്ണമനസ്സോടെ അവരവരുടെ പ്രവൃത്തികളിൽ മുഴുകാൻ കഴിഞ്ഞില്ല. അവരുടെ ഓർമ്മകളുടെ തീരങ്ങളിൽ കടുംനീല നിറത്തിൽ ഒരു കറവപ്പശു ചത്തടിഞ്ഞു കിടന്നിരുന്നു.

വൈകുന്നേരമായപ്പോൾ അവർ കൂട്ടമായി ആരാധനാസ്ഥലത്തെത്തി. നേർച്ച കാഴ്ചകൾ നടത്തി പ്രാർത്ഥനകൾ അർപ്പിച്ചു.

നിദ്രാവിഹീനമായ രാത്രിയുടെ യാമങ്ങളും മണിക്കൂറുകളും എണ്ണി അവർ നേരം വെളുപ്പിച്ചു.

പുതിയ പ്രഭാതം കൊണ്ടുവന്നതു പുതിയ കൂടുതൽ കഠിനമായ

ഭീതി ആയിരുന്നു.

പുഴവക്കത്ത് അടിഞ്ഞുകയറിയ മൃതശരീരങ്ങളുടെ എണ്ണം വർദ്ധിച്ചിരുന്നു. നാലു പശുക്കൾ. ഏഴ് ആടുകൾ, മൂന്നു നായ്ക്കൾ, പന്ത്രണ്ടു കോഴികൾ, എട്ടു പൂച്ചകൾ, രണ്ടു മനുഷ്യർ.

പലരും ബോധം കെട്ടു വീണു. ഒച്ചയുള്ളവർ നിലവിളിച്ചു. ഒച്ച നഷ്ടപ്പെട്ടവർ കരയാനറിയാഞ്ഞ് ഗോഷ്ഠികൾ കാട്ടി.

അവരുടെ ഭയത്തിന്റെ ഇരുൾക്കൂടാരത്തിലേക്കു അപ്പോൾ ഒരു പുതിയ ശബ്ദം വെളിച്ചം പകർന്നു. ഗ്രാമത്തിലെ ജ്ഞാനികളിലൊരാളായ മൗനഗുരുസ്വാമിയാണ് മൗനവ്രതം വെടിഞ്ഞ് ശബ്ദമുയർത്തിയത്.

“നമ്മുടെ പുഴയിൽ ഏതോ ഒരു വിഷജന്തു കുടിയേറിപ്പാർക്കുന്നുണ്ട്, അതിനെ നശിപ്പിച്ചെങ്കിൽ മാത്രമേ നാം രക്ഷപ്പെടൂ. അല്ലെങ്കിൽ അതു നമ്മുടെ ഗ്രാമത്തിലുള്ള എല്ലാവരെയും എല്ലാറ്റിനെയും കൊന്നുകളയും.”

“ശരിയാണ്.” ആൾക്കാർ സമ്മതിച്ചു.

“മൗന ഗുരുസ്വാമിയുടെ വചനം ശരിയാണ്.”

“അതിനെ കണ്ടുപിടിച്ച് നശിപ്പിക്കാൻ എന്താണ് മാർഗ്ഗം?” ഗ്രാമത്തലവൻ ചോദിച്ചു.

അദ്ദേഹത്തിന്റെ ശബ്ദത്തിൽ അവിശ്വാസവും നിരാശയും നിറഞ്ഞുനിന്നിരുന്നു. ആൾക്കാരിൽ ഉൽക്കണ്ഠയും ആശാഭംഗവും പെരുകുവാൻ അതു കാരണമായി. ആ ചോദ്യം ആവർത്തിക്കുവാനുള്ള ശ്രമത്തിൽ അവർ ഞരങ്ങി. ഞരക്കങ്ങൾ ചേർന്ന് ഇരമ്പമായി.

ഇരമ്പം ഒതുങ്ങിയപ്പോൾ മൗനഗുരു സ്വാമി പറഞ്ഞു.

“മാർഗ്ഗമുണ്ട്.”

ആൾക്കാരുടെ കണ്ണുകളിൽ ആശയുടെ നാളങ്ങൾ മിന്നിത്തെളിഞ്ഞു.

മൗനഗുരുവിന്റെ ശബ്ദമുയർന്നു.

“നീലിമലയിലെ പുലയർ മന്ത്രസിദ്ധികളുള്ളവരാണ്. നമുക്ക് അവിടെപ്പോയി കാളിയസ്വാമിയോട് വിവരം പറയാം. സ്വാമി അനുചരന്മാരുമായി വന്നു ഹോമങ്ങൾ കഴിച്ചു ശത്രുവിനെ നശിപ്പിക്കും. നമ്മൾ രക്ഷപ്പെടും.”

ചിരിക്കാൻ മറന്നിരുന്ന ചുണ്ടുകളിൽ പ്രത്യാശയുടെ മന്ദഹാസങ്ങൾ കത്തിനിന്നു.

ശബ്ദം മറന്ന ജനം. ശബ്ദം വീണ്ടെടുത്ത് ഉച്ചത്തിൽ ആക്രോശിച്ചു.

“അതുമതി.”

“പക്ഷേ,” മൗനഗുരുസ്വാമി തുടർന്നു:

"അതു വളരെ ചെലവുള്ള ഒരു കാര്യമാണ്."

"എന്ത് ചെലവായാലും വേണ്ടില്ല." ജനം അലറി. "ഞങ്ങൾക്കു ഞങ്ങളുടെ ജീവനാണ് വലുത്. ഞങ്ങളുടെ വളർത്തു മൃഗങ്ങളും."

ഗ്രാമത്തലവൻ തീർപ്പുകല്പിച്ചു: "എല്ലാവരുടെയും അഭിപ്രായം അങ്ങനെയാണെങ്കിൽ അതുതന്നെ നടക്കട്ടെ. ആരാണ് പോവുക?"

മൗന ഗുരുസ്വാമി ആ ചുമതല ഏറ്റെടുത്തു. അദ്ദേഹവും രണ്ട് അനുചരന്മാരും കൂടി കാളിയസ്വാമിക്കുള്ള കാഴ്ചദ്രവ്യങ്ങളുമായി യാത്ര പുറപ്പെട്ടു.

അന്നുരാത്രി കാളിയസ്വാമി വന്നു. ഒരു രഹസ്യസങ്കേതത്തിൽ ഹോമം ആരംഭിച്ചു. മന്ത്രോച്ചാരണങ്ങളുടെ ശബ്ദം ഇരുട്ടിന്റെ നിശ്ശബ്ദതയിൽ നൃത്തം ചെയ്തു. ജനം ഉണർന്നിരുന്നു.

പിറ്റേന്നു രാവിലെ പുഴവക്കത്ത് അടിഞ്ഞുകയറിയ ശവങ്ങളുടെ എണ്ണം ഏറിയിരുന്നു. ജനം കൂടുതൽ ഭയചകിതരായി. നിരാശരുമായി.

മൗനഗുരു പറഞ്ഞു: "നിരാശരാകാതിരിപ്പിൻ, ഹോമം തുടരട്ടെ."

ഹോമം തുടർന്നു പുഴവക്കത്തെ മരണങ്ങളും തുടർന്നു.

ജനം കൂടുതൽ നിരാശരായി. കാളിയ സ്വാമിയിലുള്ള വിശ്വാസം അവരിൽ കുറഞ്ഞു. ആ സ്ഥാനത്ത് അവരിൽ അതൃപ്തിയും അമർഷവും നിറഞ്ഞു. അവർ പറഞ്ഞു:

"ഇവൻ വഞ്ചകനാണ്. ഈ മൗനഗുരു. ഇവൻ കൊണ്ടുവന്ന സ്വാമിക്ക് ഒന്നും ചെയ്യാനാകില്ല."

ആ വിശ്വാസം വളർന്നപ്പോൾ ജനം ഒന്നടങ്കം ഹോമം നടക്കുന്ന രഹസ്യസങ്കേതത്തിലേക്ക് ആർത്തിരമ്പിച്ചെന്നു. അവിടെ ആരും ഉണ്ടായിരുന്നില്ല. കാളിയസ്വാമിയും മൗനഗുരുവും കൂട്ടരും കിട്ടിയ സമ്പാദ്യങ്ങളുമായി സ്ഥലം വിട്ടിരുന്നു.

നഷ്ടത്തിനുമേൽ വന്ന നഷ്ടത്തെച്ചൊല്ലി ഗ്രാമവാസികൾ വിലപിച്ചു.

അവരുടെ വിലാപങ്ങളെ ഒതുക്കിക്കൊണ്ട്, ആ നേരത്ത് ഒരു പുതിയ ശബ്ദം ഉയർന്നു. ജ്ഞാനികളിൽ ജ്ഞാനി എന്നു കരുതപ്പെട്ടിരുന്ന മാരീചനാണ് സംസാരിച്ചത്.

"ഹോമങ്ങൾക്കോ മന്ത്രോച്ചാരണങ്ങൾക്കോ ഈ വിഷജന്തുവിനെ നശിപ്പിക്കാനാവില്ല. നമുക്കു കള്ളിക്കാട്ടുമലയിലെ പറയരെ കൊണ്ടുവരാം. അവർ വലിയ പരാക്രമികളാണ്. അവർ ഈ വന്യ വിഷജീവിയെ വേട്ടയാടിക്കൊന്നു നമ്മെ രക്ഷിക്കും."

അതു കുറെക്കൂടി പ്രായോഗികമാണെന്ന് എല്ലാവർക്കും തോന്നി.

"അതു ശരിയാണ്." ജനം പറഞ്ഞു: "എന്തു ചെലവു വന്നാലും അതു നടത്താം." മാരീചൻ പോയി. പറയരെ കൊണ്ടുവന്നു– വില്ലും ശരവുമേന്തിയ പറയർ പുഴയോരത്തേക്കുപോയി. പുഴയോരത്തു നിന്നെ

ത്തിയ ശബ്ദങ്ങൾ ശ്രവിച്ചുകൊണ്ട് ജനം ഗ്രാമചത്വരത്തിൽ കാത്തിരുന്നു. രാത്രി മുഴുവൻ കാത്തിരുന്നിട്ടും പറയർ മടങ്ങി വന്നില്ല. പറയരോടൊപ്പം പോയ മാരീചനെയും കണ്ടില്ല.

പ്രഭാതത്തിൽ അരുവിക്കരയിലടിഞ്ഞു കയറിയ ശവശരീരങ്ങളിലൊന്ന് ഒരു പറയന്റേതായിരുന്നു. മറ്റു പറയരും മാരീചനും കിട്ടിയ പണവുമായി സ്ഥലം വിട്ടിരുന്നു.

ഭയത്തിന്റെ മാത്രകൾ വിഴുങ്ങിക്കൊണ്ട് ജനം പരിഭ്രാന്തരായി ഇരുന്നു. ഉറക്കം അവരെ വിട്ടുപോയിരുന്നു. എന്തു ചെയ്യണമെന്ന് അവർക്കറിയില്ലായിരുന്നു. വിഷത്തിലൂടെയുള്ള നീലിച്ച മരണത്തിൽ നിന്നു മോചനമില്ലെന്ന ബോധം അവരെ ഭ്രാന്തന്മാരാക്കിത്തീർത്തിരുന്നു. അവർ എന്തൊക്കെയോ ചെയ്തു. എന്തൊക്കെയോ പുലമ്പി. സ്നേഹവും പരസ്പരവിശ്വാസവും ഐകമത്യബോധവും ഒക്കെ അവരിൽനിന്നുമൊഴിഞ്ഞുപോയിരുന്നു. അവർ സംശയത്തോടെ പരസ്പരം നോക്കി.

ബന്ധങ്ങളിൽ അവർക്കു വിശ്വാസമില്ലാതായി. ഓരോരുത്തനും ഒറ്റപ്പെട്ടവനായി. തന്റെ ഊഴം കാത്ത്, നീരു വറ്റിയ ഗ്രാമത്തിന്റെ വിണ്ടു കീറിയ നെഞ്ചത്തു പ്രാഞ്ചി പ്രാഞ്ചി നടന്നു.

തല മൂത്തവർപോലും നിരാശതയ്ക്കു വിധേയരായി.

എന്തു ചെയ്യണമെന്നറിയാതെ ഗ്രാമത്തലവൻ കുഴങ്ങി.

അദ്ദേഹം ആൾക്കാരോടു സമാധാനത്തോടെയിരിക്കാൻ അപേക്ഷിച്ചു. ചെറുപ്പക്കാർ അദ്ദേഹത്തോടു കയർത്തു:

“മരണം മുമ്പിൽ നില്ക്കുമ്പോൾ സമാധാനത്തോടെയിരിക്കാനോ? നിങ്ങൾക്കു നാണമില്ലേ മനുഷ്യാ?”

ഗ്രാമത്തലവൻ ദുഃഖിച്ചു. അദ്ദേഹം പിന്നെയും കേണു:

“ഞാൻ എന്തു ചെയ്യണമെന്നു നിങ്ങൾ പറയൂ. നമുക്കു കൂടിയിരുന്നാലോചിക്കാം.”

അവർ അദ്ദേഹത്തിന്റെ വാക്കുകൾ ചെവിക്കൊണ്ടില്ല.

ഗ്രാമത്തലവൻ വീടുവീടായി കയറിയിറങ്ങി തലമൂത്തവരോടും അമ്മമാരോടും അപേക്ഷകൾ നടത്തി. കിട്ടിയ അപമാനങ്ങളൊക്കെ ഏറ്റുവാങ്ങേണ്ടിവന്നിട്ടും അദ്ദേഹം ആൾക്കാരെ സമീപിച്ചു. ഒന്നായിരിക്കാനും കൂടിയാലോചിക്കുവാനും അഭ്യർത്ഥിച്ചു.

ഒടുവിൽ ജനം വീണ്ടും ഗ്രാമചത്വരത്തിൽ ഒന്നിച്ചുകൂടി.

ചെറുപ്പക്കാരിൽ ഒരുവൻ അമർഷത്തോടെ പറഞ്ഞു: “ഇത് അവസാനത്തെ കൂടിയാലോചനയാണ്. ഇതുകൂടി ഫലപ്രദമായില്ലെങ്കിൽ ഞങ്ങൾ ഞങ്ങൾക്കു തോന്നിയമാതിരി നടന്ന്, ഒടുവിൽ ഈ ശാപം സ്വീകരിക്കാൻ പോവുകയാണ്. പിന്നീടു നിങ്ങളുടെ ഉപദേശങ്ങൾ ഞങ്ങൾ സ്വീകരിക്കുകയില്ല. നിങ്ങളുടെ നിയമങ്ങളും ചട്ടങ്ങളും ഞങ്ങൾ വെക്കുകയുമില്ല. ഞങ്ങൾ മരിച്ചു കൊള്ളാം.”

ചെറുപ്പക്കാർ ഒന്നടങ്കം കൈയടിച്ചു തങ്ങളുടെ പ്രതിനിധിയുടെ അഭിപ്രായത്തെ ശരിവെച്ചു.

ഒരു ആചാരം പാലിക്കുന്നതു പോലെ കൈ മുന്നോട്ടു നീട്ടിപ്പിടിച്ചു നേതാവു പറഞ്ഞു:

"ഇതു സത്യം."

ചെറുപ്പക്കാരുടെ ശബ്ദം കടലുപോലെ ഇരമ്പി. "ഇതു സത്യം."

മുതിർന്നവർ വർദ്ധിച്ച ആശങ്കയോടെ പകച്ചിരുന്നു. അവരിൽ പലരും പരസ്പരം കുശുകുശുത്തു. പക്ഷേ, എന്താണ് ചെയ്യേണ്ടതെന്നോ പറയേണ്ടതെന്നോ അവർക്ക് അറിയില്ലായിരുന്നു.

ഗ്രാമത്തലവന്റെ ശബ്ദമുയർന്നു. "ഈ ഗുരുതരമായ പ്രശ്നത്തിനു പ്രായോഗികമായ പരിഹാരം നിർദ്ദേശിക്കുവാൻ ഗ്രാമത്തിലെ ജ്ഞാനികളോടു ഞാൻ അപേക്ഷിക്കുന്നു."

പക്ഷേ, ആരും ഒന്നും പറഞ്ഞില്ല. ജ്ഞാനികളെന്നു കരുതപ്പെട്ടവർ മുഖം കുനിച്ചിരുന്നു.

ആൾക്കാർ പരസ്പരം പകച്ചു നോക്കി. ഭാരിച്ച നിമിഷങ്ങൾ വിയർത്തു നീങ്ങി. ഭീതി മൗനത്തിന്റെ മേഘമായി അവരെ ആവരണം ചെയ്തു.

ഈ നേരത്ത് ഒരു കിളുന്നു ശബ്ദം മൗനത്തിന്റെ ആവരണങ്ങളെ മുറിച്ച് ഉയർന്നു കേട്ടു.

"എനിക്കൊന്ന് പറയാനുണ്ട്."

അത്ഭുതം നിറഞ്ഞ കണ്ണുകൾ ആ ശബ്ദത്തിന്റെ ഉത്ഭവസ്ഥാനത്തേക്കു നീണ്ടു. കണ്ണുകളിലെ അത്ഭുതം ആയിരം മടങ്ങായി വർദ്ധിച്ചു. ഒരു ഉയർന്ന പീഠത്തിന്മേൽ കയറി നില്ക്കുകയാണ് കളീക്കലെ വാസുദേവനാശാന്റെ മകൻ കൃഷ്ണൻകുട്ടി.

ഗ്രാമത്തിലെ ജ്ഞാനികൾ നിശ്ശബ്ദരായിരിക്കെ, ഗ്രാമത്തിലെ തലമൂത്തവർ ആശയറ്റവരായിരിക്കെ, ഗ്രാമത്തിലെ ചെറുപ്പക്കാർ അമർഷം പൂണ്ട് ആത്മവിശ്വാസം നഷ്ടപ്പെട്ടവരായിരിക്കെ, ഗ്രാമമാകെ ഭീതിയുടെ കരിമ്പുകയിൽ ശ്വാസം മുട്ടിയിരിക്കെ, ഇവൻ ഈ പയ്യൻ എന്തു പറയാൻ പോവുന്നു എന്ന് അവർ പുച്ഛത്തോടെ അതിശയിച്ചു.

പക്ഷേ, കൃഷ്ണൻകുട്ടിയുടെ മുഖം ഗൗരവപൂർണ്ണമായിരുന്നു. ഏതോ, ഒരു ദിവ്യപ്രഭാവലയം അവനെ ചൂഴ്ന്നു നില്ക്കുന്നുവെന്നു ചിലർക്കെങ്കിലും തോന്നി.

ഗ്രാമത്തലവൻ അവനെ സാകൂതം വീക്ഷിച്ചു.

സദസ്സിലെ കുശുകുശുപ്പും മുറുമുറുക്കലുകളും ഒന്നടങ്ങിയപ്പോൾ ഗ്രാമത്തലവൻ കല്പിച്ചു:

"കൃഷ്ണൻകുട്ടിക്ക് എന്താ പറയാനുള്ളതെന്നു വച്ചാൽ പറയൂ."

കൃഷ്ണൻകുട്ടി സംസാരിച്ചപ്പോൾ അവന്റെ ശബ്ദം ദൃഢവും

ശക്തവും സ്ഫുടവുമായിരുന്നു. അവൻ പറഞ്ഞു:

"ഈ വിഷജന്തു കുടിയേറിപ്പാർത്തിരിക്കുന്നതു നമ്മുടെ പുഴയിലാണ്. വിഷബാധയേറ്റു ചത്തത് നമ്മുടെ വളർത്തു മൃഗങ്ങളും നമ്മുടെ മനുഷ്യരുമാണ്. ഇനിയും ഈ ഭീതി ഭീഷണിപ്പെടുത്തിക്കൊണ്ടിരിക്കുന്നത് നമ്മളെത്തന്നെയാണ്. നമ്മുടെ ജീവനും നമ്മുടെ സ്വത്തുക്കളും അപകടത്തിലാണ്. നീലമലയിലെ പുലയർക്കോ കള്ളിക്കാട്ടുമലയിലെ പറയർക്കോ ഈ ജന്തുവിനെക്കൊണ്ട് ഒരു ഉപദ്രവവുമില്ല." ജനം അത്ഭുതത്തോടെ ശ്രദ്ധിച്ചു.

"ഇതിനെ നശിപ്പിക്കേണ്ടത് നമ്മുടെ ആവശ്യമാണ്. മറ്റാരുടെയും ആവശ്യമല്ല." ജനം തലയാട്ടി ശരിവെച്ചു.

ചെറുപ്പക്കാരുടെ നേതാവ് എണീറ്റു കൈയുയർത്തി.

"ഇതൊക്കെ ശരിതന്നെ." അയാൾ പറഞ്ഞു:

"ഇതൊക്കെ ഞങ്ങൾക്കും അറിയാം പരിഹാരമുണ്ടെങ്കിൽ പറയൂ."

മറ്റു ചെറുപ്പക്കാർ "അതേ, അതേ" എന്ന് ആർത്തു വിളിച്ചു.

"പറയാം." കൃഷ്ണൻകുട്ടി പറഞ്ഞു.

"നമ്മെ രക്ഷിക്കാൻ മറ്റാരും വരില്ല. നമ്മെ രക്ഷിക്കാൻ നമുക്കേ കഴിയൂ."

"എന്നുവെച്ചാൽ" ചെറുപ്പക്കാരുടെ നേതാവ് സംശയം ഉന്നയിച്ചു.

"അതും വിശദീകരിക്കാം." കൃഷ്ണൻകുട്ടിയുടെ ശബ്ദം കൂടുതൽ ചൈതന്യവത്തായി.

"നാം നേരിടുന്നതു മരണത്തെയാണ്. മരണമെന്ന ഈ ശാപത്തെ സ്വീകരിക്കാൻ തയ്യാറാണെന്നും ഇവിടെ പറഞ്ഞുകേട്ടു. എങ്കിൽ നമുക്കൊന്നു ചെയ്യാം. ഈ ശാപത്തിനെതിരെ പൊരുതി മരിക്കാം. നമ്മുടെ സകല സന്നാഹങ്ങളോടെയും സകല ആയുധങ്ങളോടെയും നമുക്കു പുഴയിലേക്കു പോവാം. നമുക്ക് നേരിട്ട് ഈ വിഷജന്തുവിനെതിരെ പൊരുതാം."

കൃഷ്ണൻകുട്ടിയുടെ ശബ്ദം കൂടുതൽ ശക്തമായി. ചിലർ സംശയത്തോടെയും ചിലർ വിശ്വാസത്തോടെയും അവനു ചെവികൊടുത്തു.

കൃഷ്ണൻകുട്ടി തുടർന്നു: "നാം കൂലിക്ക് പൊരുതുന്നവരല്ല. നമ്മുടെ ജീവനും സ്വത്തുക്കളും രക്ഷിക്കാൻ വേണ്ടി പൊരുതുന്നവരാണ്. അതുകൊണ്ട് നാം പിന്തിരിഞ്ഞ് ഓടുകയില്ല. വിജയം നമ്മുടേതാണ്. നിശ്ചയം. വരുവിൻ തയ്യാറാകുവിൻ"

അപ്പോഴേക്കും കൃഷ്ണൻകുട്ടിയുടെ ശബ്ദം അമാനുഷമായ കരുത്ത് ആർജ്ജിച്ചിരുന്നു. അവന്റെ വാക്കുകൾ ജനങ്ങളിലേക്ക് ആഴ്ന്നിറങ്ങി. ചെറുപ്പക്കാർ ഊർജ്ജസ്വലരായി. അവരുടെ ഉള്ളുകൾ ആത്മവിശ്വാസത്താൽ പിടച്ചു.

കൃഷ്ണൻകുട്ടിയുടെ വാക്കുകൾ പകൽവെളിച്ചം പോലെ അവരുടെ

മുന്നിൽ ജ്വലിച്ചുനിന്നു.

ആൾക്കാർ കൂട്ടത്തോടെ എണീറ്റു. അവർ ആയുധങ്ങളേന്തി. കൃഷ്ണൻ കുട്ടിയെ പിന്തുടർന്ന് അവർ പുഴവക്കത്തേക്ക് നടന്നു.

അവർ പുഴയിളക്കി. അവരുടെ ശത്രു. പുഴയിൽ മുങ്ങിപ്പതുങ്ങിക്കിടന്ന വിഷസർപ്പം, പുഴ ഇളക്കിയപ്പോൾ ജലപ്പരപ്പിലേക്ക് പൊന്തിവന്നു. അത് വിഷം ചീറ്റി. വാലിട്ടടിച്ചു പുഴ വെള്ളത്തെ ഇളക്കിമറിച്ചു.

പക്ഷേ, ഗ്രാമവാസികൾ ഭയന്നില്ല. പിന്തിരിഞ്ഞില്ല. കൃഷ്ണൻകുട്ടി പകർന്ന ധൈര്യത്തോടെ അവർ പൊരുതി നിന്നു.

ഉഗ്രമായ പോരാട്ടത്തിൽ അവർ വിഷസർപ്പത്തെ കൊന്നു.

ചത്തുപൊങ്ങിയ സർപ്പത്തിന്റെ നിറുകയിൽ ചവിട്ടി നിന്നു കൃഷ്ണൻകുട്ടി നൃത്തം വെച്ചു.

ഗ്രാമവാസികൾ കൃഷ്ണൻകുട്ടിയെ തോളിലേറ്റി, ഗ്രാമചത്വരത്തിലേക്കു തിരിച്ചു പോന്നു.

ആ രാത്രി അവർക്ക് ഉത്സവമായിരുന്നു.

ചിതൽപ്പുറ്റ്

സി ഉസ്മാൻ

അച്യുതൻ കാലത്തെഴുന്നേറ്റു നോക്കുമ്പോൾ ഒരു ചിതൽപ്പുറ്റ്! പൊലീസ് സ്റ്റേഷന്റെ മുമ്പിൽ. ചുമരിനോട് ചാരി ഒരു കൊച്ചു പുറ്റ്. അച്യുതന്റെ നെറ്റിചുളിഞ്ഞു–ഒരു ദുശ്ശകുനം കണ്ടപോലെ.

അച്യുതൻ അല്പം പുച്ഛത്തോടെ വെറുപ്പോടെ പുറ്റിന്റെ മൂർദ്ധാവിൽ ലാത്തികൊണ്ട് കുത്തി. പുറ്റ് ഇടിഞ്ഞുതകർന്നു. ചിതലുകൾ ചുറ്റും ചിതറി...... മരണഭീതിയോടെ പരക്കംപായുന്ന ചിതലുകളെ ചവിട്ടിയരച്ചു. അച്യുതൻ....!

അടുത്ത ദിവസം എഴുന്നേറ്റ് നോക്കുമ്പോൾ വീണ്ടും ചിതൽപ്പുറ്റ്–! ആദ്യത്തെ സ്ഥാനത്തുതന്നെ... ഒരു വ്യത്യാസം മാത്രം– കൂടുതൽ വളർന്നിരിക്കുന്നു.!

അച്യുതൻ അത്ഭുതത്തോടെ നേർത്ത വെറുപ്പോടെ പുറ്റിനരികെ ചെന്നു. അന്നും ലാത്തികൊണ്ട് പുറ്റിന്റെ മൂർദ്ധാവിൽ ഇടിച്ചു. പുറ്റിന്റെ ശാഖകളിടിഞ്ഞു. ചിതലുകൾ ചിറ്റും ചിതറി... അവയിൽ ചിലത് അച്യുതന്റെ ദേഹത്തിൽ കടിച്ചുപറ്റി......! അസഹ്യതയോടെ അച്യുതൻ വീണ്ടും ചിതൽപ്പുറ്റിലിടിച്ചു. പുറ്റു പാടെ തകർന്നു... മൺകട്ടകൾ പൊടിഞ്ഞു...... ചിതലുകൾ ചുറ്റും പരന്നു.....

അച്യുതന്റെ കാലുകളിൽ ചിതലുകളരിച്ചുകേറി....... കടിച്ചു! അച്യുതൻ പുളഞ്ഞു. കൈകൊണ്ട് ചിതലുകളെ തുടച്ചുമാറ്റി. ചിതലുകളുടെ വെളുത്ത് വിളർത്ത ശരീരം ചതഞ്ഞരഞ്ഞു.... പക്ഷേ, വട്ടക്കണ്ണുകളുള്ള ചുവന്ന തലകൾ വീണ്ടും ശരീരത്തിൽ ശേഷിച്ചു....!

അന്നുരാത്രി അച്യുതനുറങ്ങിയില്ല.... അയാളുടെ തലച്ചോറിൽ ചിതൽപ്പുറ്റുകളുടഞ്ഞു..... വീണ്ടും ഉയർന്നു..... വീണ്ടും തകർന്നു. ചിതലുകൾ തലച്ചോറിൽ കടിച്ചുപറ്റി....... എത്ര തുടച്ചിട്ടും അവയുടെ വട്ടക്ക

ണ്ണുകളുള്ള ചുവന്ന തലകൾ അവിടെ ശേഷിച്ചു.........

മൂന്നാം ദിവസം അച്യുതനെഴുന്നേറ്റ് ആദ്യമായി ചെന്നത് അവിടേക്കാണ്..... വീണ്ടും ചിതൽപ്പുറ്റ്! പൂർവ്വാധികം വളർന്നിരിക്കുന്നു. ഒരു കൊച്ചു ചെമ്മൺ പർവ്വതം.....!

തന്റെ ഉറക്കത്തെപ്പോലും തടസ്സപ്പെടുത്തുന്ന ചിതൽപ്പുറ്റിലേക്കു അച്യുതൻ നോക്കി..... അമ്പരപ്പോടെ, എന്തുചെയ്യണമെന്നറിയാതെ അച്യുതൻ...... കണ്ണുകൾ മുറുകെയടച്ചു. ലാത്തിയോങ്ങി.... പക്ഷേ അച്യുതന്റെ കൈകൾ വിറച്ചു..... അവ കാണെക്കാണെചെറുതായി.....! വാരിയെല്ലുകൾക്കിടയിൽ നിന്ന് കുഞ്ഞിക്കാലുകൾ മുളച്ചു! ശരീരം വിളർത്തു......!

അച്യുതൻ ഒരു ചിതലായി. ചിതൽപ്പുറ്റിലേക്കരിച്ചുകേറി........

കടിഞ്ഞൂൽ

എം പി നാരായണപ്പിള്ള

പേറ്റുനോവ് വന്നപ്പോൾ അവൾ തിണ്ണയിലിരുന്ന റേഷനരിയിലെ കല്ലു പെറുക്കുകയായിരുന്നു.

അന്ന് അമാവാസിയായിരുന്നു.

അവൾ ആ വീട്ടിൽ തനിച്ചായിരുന്നു അപ്പോൾ സന്ധ്യയ്ക്ക്.

വേദനയേക്കാളേറെ അവൾക്കു പേടിയാണു തോന്നിയത്.

ഒരു വിധത്തിൽ മടിയിൽ നിന്നു മുറം താഴത്തിറക്കി. ജനലിന്റെ അഴികൾ പിടിച്ചുകൊണ്ട് അവൾ പുരയ്ക്കകത്തേക്ക് നടന്നു. ദൈവാധീനം കട്ടിലിന്റെയടുത്ത് എത്തുന്നതുവരെ അവൾ വീണില്ല.

ചുണ്ടുകൾ കടിച്ചമർത്തിക്കൊണ്ട് അവൾ പതുക്കെ കട്ടിലിലേക്ക് ചെരിഞ്ഞു. കിടക്കേണ്ട താമസം വേദന ഇരുട്ടായി അവളുടെ കണ്ണുകളിലേക്ക് കയറി.

ബോധം തെളിയാൻ തുടങ്ങുമ്പോൾ അവൾ മലർന്നു കിടക്കുകയാണ്. കണ്ണുകൾ തുറക്കാനുള്ള ശേഷിപോലും ഇല്ലെന്നവൾക്കു തോന്നി. അവൾ പതുക്കെ കൈകൾ നീട്ടി ഒന്നു തൊട്ടുനോക്കാൻ.

മറുളപോലെ കൊഴുപ്പുള്ള എന്തോ ഒന്നവളുടെ കൈയിൽത്തട്ടി. അത് തെന്നിമാറാൻ നോക്കുന്നപോലെ അവൾക്ക് തോന്നി. അവൾ കണ്ണു തുറന്നു.

അപ്പോൾ അത് കുനിഞ്ഞിരുന്നു, പൊക്കിൾക്കൊടിയിൽ കുരുങ്ങിയിരുന്ന മറുള കടിച്ചു പൊട്ടിക്കാൻ ശ്രമിക്കുകയായിരുന്നു. കഴുത്തറ്റം വരെ അതിന് മുടിയുണ്ടായിരുന്നു. പശുക്കുട്ടിയുടെ പോലത്തെ കറുത്ത രോമങ്ങൾ ദേഹത്താകെ ഗർഭപാത്രത്തിലെ കൊഴുപ്പുകൊണ്ട് ഒട്ടിപ്പിടിച്ചിരുന്നു.

അതു തലയുയർത്തി അവളെ നോക്കി. അവളുടെ കണ്ണുകളിലേക്ക്.

മറൂള കടിച്ചുപൊട്ടിച്ചതിനു ശേഷം അതെഴുന്നേറ്റു, വലത്തെ കൈയിന്റെ തണ്ട കൊണ്ട് അത് ചുണ്ടു തുടച്ചു. പിന്നെ, അറക്കവാളിന്റെ അരംപോലെ കൂർത്ത പല്ലുകൾ കാണിച്ച്, അവളെ നോക്കി ചിരിച്ചു.

അവൾ ഒരു ജഡം പോലെ കിടന്നു. അവൾക്ക് കരയാനോ കരയാതിരിക്കാനോ കഴിഞ്ഞില്ല.

നീണ്ട കൂർത്ത നഖങ്ങളുള്ള രണ്ടു കൈകൾ ഉയർത്തിപ്പിടിച്ചു കൊണ്ട് അത് വീണ്ടും ചിരിച്ചു.

പിന്നെ അതു മുട്ടുകുത്തിക്കൊണ്ടവളുടെ നേരെ തിരിഞ്ഞു. നീണ്ട നഖങ്ങളുള്ള രോമാവൃതമായ ഒരു കൈ അവളുടെ തുടയിൽ പിടിച്ചു.

വികാരങ്ങൾ മരവിച്ച അവളുടെ മനസ്സ് ഒരു ഷോക്ക് ഏറ്റപോലെ ഉണർന്നു. തൊഴുതുകൊണ്ടവൾ പറഞ്ഞു:

"എന്നെ കൊല്ലരുതേ."

അതവളുടെ അടുത്തേക്ക് നീങ്ങി. അവൾക്കൊന്നും ചെയ്യാൻ കഴിഞ്ഞില്ല. അവൾ തളർന്നു കഴിഞ്ഞിരുന്നു. തുറന്ന കണ്ണുകളോടെ, എല്ലാം കേൾക്കുന്ന, കാണുന്ന ഒരു ജഡം പോലെ അവൾ കിടന്നു.

അതവളുടെ ദേഹത്തു കയറി. കൂർത്ത നഖങ്ങളുള്ള കൈകളും നനഞ്ഞ രോമങ്ങളുള്ള മുട്ടുകളും അവളുടെ തുടകളിലൂടെ, നിറയൊഴിക്കപ്പെട്ട ഉദരത്തിലൂടെ മുകളിലോട്ടു നീങ്ങി.

അജ്ഞാതമായ ഒരാജ്ഞ അനുസരിക്കുന്ന പോലെ അവൾ ബ്ളൗസിന്റെ കുടുക്കഴിച്ചു. മുലകൾ രണ്ടും പുറത്തേക്കിട്ടു.

ഒരു മുലക്കണ്ണ് കൂർത്ത പല്ലുകൾക്കിടയിലായി. നീണ്ട നഖങ്ങളുള്ള വിരലുകൾക്കകത്തായി മറ്റേത്. പിന്നെ, അതുപോലെ അടുത്ത മുലയും. പ്രാണൻ പോകുന്ന ആ വേദനയിൽ അവളുടെ വിരലുകൾ അതിന്റെ തലമുടിയിൽ തൊട്ടു. അവൾ കണ്ണടച്ചു.

അതവസാനിച്ചപ്പോഴേ അവൾ കണ്ണു തുറന്നുള്ളൂ. ഒരേമ്പക്കത്തോടെ അതെഴുന്നേറ്റിരുന്നു. ഒന്നുകൂടി അവളെ നോക്കി അരിപ്പല്ലുകൾ കാണിച്ച് ചിരിച്ചു. അവൾ നോക്കിയിരിക്കെ, കട്ടിലിൽ നിന്ന് ഇറങ്ങി, തുറന്നുകിടന്ന വാതിലിലൂടെ അമാവാസിയുടെ ഇരുട്ടിലേക്ക് മറഞ്ഞു.

അടുത്തു കിടന്ന മറൂളയിൽ തൊട്ടുകൊണ്ടവൾ ഉറപ്പു വരുത്തി– ഇതൊരു സ്വപ്നമായിരുന്നില്ലെന്ന്.

ഇത് അതുതന്നെയാണ്

ബക്കളം ദാമോദരൻ

ഉരുക്കുചൂളയുടെ സ്വഭാവമുള്ള വേനലിന്റെ ഒടുക്കത്തെ ദിവസം. ഭൂമിയും ആകാശവും ഉണങ്ങി കൊരടായിരിക്കുന്നു. ഞങ്ങളുടെ കണ്ണുനീർ പോലും വറ്റിപ്പോയിരിക്കുന്നു. നീരാവി നഷ്ടപ്പെട്ട വരണ്ട ചുടുകാറ്റ് ദീർഘശ്വാസമിട്ടുകൊണ്ടിരുന്നു. തെരുവുവിളക്കുകൾ വേദനിക്കുന്ന തിളക്കം മങ്ങി ക്ഷീണിച്ചിരിക്കുന്നു. അതൊക്കെ വേണമെങ്കിൽ സാധാരണമെന്ന് പറയാം. പക്ഷേ, നഗരത്തിൽ എങ്ങനെ, എവിടെ നിന്നു ഇടിഞ്ഞുവീണു ഈ നിശ്ശബ്ദത! ഈ നിശ്ശബ്ദതയെ ഒരു സൂചിമുന കൊണ്ടു കുത്തി നോവിക്കാൻ കഴിയും എന്നൊരു തോന്നൽ. പിറവിയെടുക്കാൻ പോകുന്ന ചുഴലിയുടെ പിന്നിലെ സാന്ദ്രമായ ശാന്തതപോലെ.

നാലു ചക്രങ്ങളുള്ള പലകമേൽ സഞ്ചരിക്കുന്ന യാചകൻ ഇഴഞ്ഞു ചെന്ന് വാട്ടർപൈപ്പ് തുറക്കുമ്പോൾ എരിയുന്ന സീൽക്കാരം പുറപ്പെട്ടു. അപ്പോൾ തെരുവിന്റെ മൂലയിൽ നിന്നു ചുമർപ്പരസ്യം നക്കിതിന്നുന്ന ചാവാലിപ്പശു ഓടിവന്നു വാട്ടർപൈപ്പിന് വലം വെക്കുമ്പോൾ യാചകൻ കൈയിലുള്ള മുണ്ടൻവടികൊണ്ട് നല്ലൊരു വീക്കുവെച്ചുകൊടുത്തു. അതു ഓടുമ്പോൾ കോൺക്രീറ്റ് റോഡിൽ അസ്വാസ്ഥ്യപ്പെടുത്തുന്ന ശബ്ദമുണ്ടായി. ചവറ്റുകൂനയുടെ സമീപം ചെന്നുനിന്ന് സ്വന്തം ശരീരം വളച്ച് മൂത്രം കുടിക്കാനൊരു ശ്രമംനടത്തി.

വളരെ അകലെനിന്ന് ഓട്ടോറിക്ഷ ചുറ്റുന്നതും തുമ്മുന്നതും കേട്ടു. അത് നഗരത്തിന്റെ അധോലോകത്ത് പോയടിഞ്ഞപ്പോൾ ക്യൂൻ വിക്ടോറിയാ ടവറിലെ ക്ളോക്കിന്റെ സൂചികൾ തൊഴുകൈയോടെ നിന്നു.

പെട്ടെന്നു പതിവിന് വിപരീതമായി വൈദ്യുതിയുടെ പ്രവാഹം നിലച്ചു. നഗരം ഇരുട്ടുമാത്രമായി മാറി. *സിറ്റിസൺ* പത്രത്തിന്റെ റോട്ടറി

യന്ത്രം ഉറങ്ങാൻ തുടങ്ങുന്നവന്റെ ബോധം നശിക്കുന്നതുപോലെ സാവധാനത്തിൽ നിർജ്ജീവമായി. വെള്ളച്ചാട്ടത്തെ അനുസ്മരിപ്പിക്കുന്ന സ്റ്റീൽപ്ലാന്റിലെ മർമ്മരം അവസാനിച്ചു. ആകാശത്തിന്റെ അഹങ്കാരത്തെ നോവിക്കുന്ന ദീപസ്തംഭം കണ്ണടച്ചുനിന്നു. റെയിൽവേ യാർഡിലെ ചുകന്ന അടയാളവെളിച്ചങ്ങൾ മാത്രം മായാതെ മങ്ങാതെ പ്രതീക്ഷയോടെ മിന്നുന്നു.

ഫുട്പാത്തിലൂടെ ഒറ്റയ്ക്കും തെറ്റയ്ക്കും നടന്നു പോകുന്നവർ ഒരു നിമിഷം സ്തംഭിച്ചുനിന്നു. പിന്നെ, ഇരുട്ടുമായി. രമ്യതയിലെത്താതെ തന്നെ ഇരുട്ടിലേക്ക് ഊളിയിട്ടു. ആരുടെയോ കഫം കുടുങ്ങിയ അറപ്പിക്കുന്ന കുര. നീണ്ട ചൂളം വിളി. ഒന്നു രണ്ട് കൂവൽ. ആരോ കിതച്ചു കൊണ്ടോടുന്നു. പിറകേ സ്ത്രീയുടെ ചിലമ്പിച്ച സ്വരം: "എന്നെ പറ്റിക്കാൻ നോക്കണ്ടടാ. വെളിച്ചം കെടുമ്പോ ഓടാൻ നോക്കുന്നോ..."

ഏറുകൊണ്ട പട്ടിയുടെ ദീർഘമായ അലോസരപ്പെടുത്തുന്ന കരച്ചിലിനോടൊപ്പം അലുമിനിയപ്പാത്രം തകിടം മറിയുന്ന ശബ്ദം. തെരുവിന്റെ ഏതോ കോണിൽനിന്ന് അപ്പോൾ ജനിച്ച ചോരക്കുഞ്ഞിന്റെ പുതിയ നിസ്സഹായമായ നിലവിളി.

പതുക്കെ കോൺക്രീറ്റ് സൗധങ്ങളുടെ ചില്ലുജാലകങ്ങൾ തുറക്കപ്പെട്ടു. ഫാനുകൾ നിശ്ചലമായിരിക്കുന്നു. എയർ കണ്ടീഷണർ നിർജ്ജീവമായിരിക്കുന്നു. അപ്പോൾ ഭാരത് ഗസ്റ്റ്ഹൗസിന്റെ ബാൽക്കണിയിൽ നിന്ന് അപരിചിതമായ ശബ്ദം: "അതെ. വളരെ ഉചിതമായ സമയത്ത് തന്നെ അത് സംഭവിച്ചിരിക്കുന്നു."

അവിടെനിന്ന് സിഗരറ്റുകളെരിഞ്ഞു. കൈ വിശറികൾ വീശികൊണ്ട് കൂൾസോഡ പകർന്നു കുടിച്ചു.

വളരെ അകലെ നിന്ന് തേനീച്ചക്കൂട് ഇളകിയതുപോലുള്ള മർമ്മരം കേട്ടുതുടങ്ങി. അതു വെസ്റ്റ് കോസ്റ്റ് എക്സ്പ്രസ്സാണെന്ന് പറയാത്തതിന്റെ കാരണം അതു നേരത്തെ കടന്നു പോയിരിക്കുന്നതുകൊണ്ടാണ്. അതു മുഴക്കമായി അനുഭവപ്പെടുന്നുണ്ട്. ഇപ്പോൾ സമുദ്രത്തിന്റെ ഇരമ്പമാണെങ്കിൽ ഭൂമിയിൽ കാലവർഷത്തിന്റെ ഒരു തുള്ളി പോലും വീണു കഴിഞ്ഞിട്ടില്ല. കാലവർഷത്തിന്റെ ആരംഭമല്ലേയല്ല. ആകാശം വളരെ ശുഭ്രമായും നക്ഷത്രങ്ങൾ നിറഞ്ഞതായും കാണപ്പെടുന്നു.

നഗരം ആരംഭിക്കുന്ന ചക്രവാളത്തിൽ പ്രകാശത്തിന്റെ അമ്പുകൾ ചീറിപ്പാഞ്ഞു. അത് വ്യൂഹമായിവരുന്ന വാഹനങ്ങളാണെന്ന കാര്യത്തിൽ സംശയമില്ല. അസാധാരണമായ വെളിച്ചമുണ്ടവയ്ക്ക്. നിമിഷങ്ങൾക്കകം തന്നെ അവ നഗരത്തിന്റെ കേന്ദ്രഭാഗത്തെത്തിക്കഴിഞ്ഞു. പൊടിയും കരിയും പുകയും സമൃദ്ധമായി വിതരണം ചെയ്തുകൊണ്ട് അവ കടന്നുപോകുന്നു. സൈലൻസറിൽ നിന്ന് ഏറുപടക്കം പോലെ പുക പൊട്ടിത്തെറിച്ചു. അവയ്ക്ക് ഇരുണ്ട പച്ചനിറമുള്ള ടാർപ്പോളിന്റെ മേല്പുരയാണുള്ളത്. ചിലവ കട്ടിയുള്ള ഇരുമ്പുവലകൾ കൊണ്ട് മൂടപ്പെട്ടിരിക്കുന്നു. കർശനമായ താക്കീതുപോലെ കുഴലുകൾ പുറത്തേക്ക് നീണ്ടു നില്ക്കുന്നു. ഓരോ വാഹനവും വെളിച്ചത്തിന്റെ ദണ്ഡുകൾകൊണ്ട് പരസ്പരം ബന്ധിക്കപ്പെട്ടിരിക്കുന്നു.

ഈ ഭീകരമായ ശബ്ദം കേട്ട് ഞെട്ടിയുണരാത്തവർ തെരുവിൽ ഒരാൾ മാത്രമേ ഉണ്ടായിരുന്നുള്ളൂ. അത് നാലുചക്രങ്ങളുള്ള പലക മേൽ സഞ്ചരിക്കുന്ന യാചകൻ മാത്രമാണ്. കാരണം അയാൾ ഏതാനും സമയം മുമ്പ് മരിച്ചുകഴിഞ്ഞിരുന്നു.

ഭാരത് ഗസ്റ്റ് ഹൗസിന്റെ ബാൽക്കണിയിൽ നിന്ന് സന്തുഷ്ടമായ ശബ്ദം വീണ്ടും "യെസ്. അവ വന്നു കഴിഞ്ഞു." ഒരാൾ അനുമോദന ത്തിന്റെ ശബ്ദമുണ്ടാക്കി: "നമുക്ക് പ്രവർത്തിക്കാനുള്ള സമയം."

'അതെ, നമുക്ക് നിക്ഷേപ സാദ്ധ്യതകൾ തെളിയുന്ന അന്തരീ ക്ഷം.'

തെരുവിലുള്ളവർ ഫുട്പാത്തിൽ ചടഞ്ഞിരുന്നു. അവരുടെ കണ്ണു കളിൽ ഉറക്കത്തിന്റെ സ്ഥാനം സംഭ്രമം ഏറ്റെടുത്തിരിക്കുന്നു. യുദ്ധം തുടങ്ങിയോ എന്ന് വൃദ്ധനായ ബൂട്ട് പോളിഷുകാരൻ സംശയിച്ചു. എന്തോ കുഴപ്പമുണ്ടെന്ന് എലിവിഷം വില്ക്കുന്നവൻ. നമ്മുടെ പള്ളയ് ക്കടിച്ചതുതന്നെ എന്ന് കൈവണ്ടി വലിക്കുന്നവൻ. അടഞ്ഞ സിമന്റ് പീടികയുടെ കോലായിലിരിക്കുന്ന യുവാവ് ഒരു പ്രവചനത്തിന്റെ മുഴ ക്കത്തോടെ പറഞ്ഞു: "ഇത് അതാണ്."

"ഏത്?"

"അതു തന്നെ."

യഥാർത്ഥത്തിൽ അതുതന്നെയാണ് സംഭവിച്ചിരിക്കുന്നത്. പൊതു നിരത്തിൽ അവിടവിടെയായി നോക്കുകുത്തികളെപ്പോലെ ഇരുണ്ട രൂപ ങ്ങൾ. ഇരുമ്പും ഉരുക്കും ശാസനകളുമായി നില്ക്കുന്നു. സാമ്പ്രദായി കമായി ആകാശത്തിൽ വെടി മുഴങ്ങി. നഗരത്തിനുമുകളിൽ വെടിനാദം ഒരു കുടപോലെ വിരിഞ്ഞു. ഫുട്പാത്തിൽ കടത്തിണ്ണകളിൽ പൂവര ശിന്റെ തണലിൽ അന്തിയുറങ്ങുന്നവർക്ക് ഒരു അറിയിപ്പ് കിട്ടുന്നു.' 'ഇരു പത് എണ്ണുന്നതോടെ നഗരം വിടുക.'

അമ്പരപ്പോടെ വിശപ്പുമാത്രം അറിയാവുന്ന, രോഗം മാത്രം ധന മായുള്ള അവർ ഉടുവസ്ത്രങ്ങൾ വാരിക്കുത്തി. ഇരുട്ടിൽ തിരക്കിട്ട് ഓടി നടന്നു. ഉള്ളതൊക്കെ പെറുക്കിയെടുത്തു. അഭയാർത്ഥി സംഘങ്ങളെ പ്പോലെ അവർ യാത്രയായി. ഒരു മുടന്തൻ ആൾക്കൂട്ടത്തിനൊപ്പമെ ത്താൻ പാടുപെടുന്നു. ഒരു ചെറുക്കൻ മൂത്രമൊഴിച്ചുകൊണ്ടോടി. തണ്ണീർക്കുടം പൊട്ടി നനഞ്ഞ ഉടുവസ്ത്രവുമായി ഒരു സ്ത്രീ ചോര ക്കുഞ്ഞിനെ പഴന്തുണിയിൽ പൊതിഞ്ഞു വേച്ചു വേച്ചു നടക്കുമ്പോൾ, പിള്ളവാതം പിടിപെട്ട മറ്റൊരു കുട്ടി എല്ലാവരും നടന്നകലുന്നതു നോക്കി അനാഥമായി കരയുകയായിരുന്നു.

ഒരാൾ പെട്ടെന്ന് വികൃതമായ അപസ്വരമുണ്ടാക്കി. എന്നിട്ട് തന്റെ കാലിൽ എന്തോ തണുപ്പുള്ള സാധനം തടഞ്ഞുവെന്ന് പറഞ്ഞു. ബൂട്ട് പോളിഷുകാരൻ വൃദ്ധൻ തീപ്പെട്ടിയുരച്ചു. ഇറച്ചിക്കഷണം! അടഞ്ഞ സിമന്റ് പീടികയുടെ കോലായിലിരുന്ന ചെറുപ്പക്കാരൻ സൂക്ഷിച്ചുനോ ക്കീട്ട് പറഞ്ഞു: "ഇതു ഒരു മനുഷ്യന്റെ നാവാണ്."

"അയ്യോ....."

"ഇത് അതുതന്നെയാണെന്ന് തെളിയിക്കുന്ന സാക്ഷിയാണിത്."

എനിക്കുശേഷം

വി കെ എൻ

മുഴക്കങ്ങൾ ഞാനും കേട്ടു. ഈ പ്രസ്താവനയോടെ അവ നിലയ്ക്കും.

എന്തെന്നാൽ–

നിരവധി മരണങ്ങൾക്കുശേഷം ഇനിയും ഞാൻ മരിച്ചാൽ അടുത്ത എഴുത്തച്ഛൻ ആരായിരിക്കണം എന്ന് മറ്റു കഠാരികൾ സാമാന്യം ഉറക്കെ തന്നെ ചിന്തിച്ചു തുടങ്ങിയിരിക്കുന്നു. പിന്തുടർച്ചയെച്ചൊല്ലി ഒരു 'ഫൈറ്റ്' ഉണ്ടാവുമോ? പോരിൽ അണ്വായുധങ്ങൾ പ്രയോഗിക്കപ്പെടുമോ? അതോ, തുടരാൻ സർവ്വസമ്മതനായി വാഴിക്കപ്പെടുമോ? പെടുമെങ്കിൽ ആരാവും ഭാഗവതർ?

എന്റെ നേതൃത്വത്തിൽ തൂലിക വിറപ്പിക്കുന്നവർക്കിടയിലുണ്ടെന്നു പറയപ്പെടുന്ന ഐക്യം വെറും ഭോഷ്കാണ്. ഈ വിശ്വാസം ഒരു കുരങ്ങനേയും കളിക്കു പ്രേരിപ്പിക്കില്ല. അക്ഷരങ്ങൾക്കിടയ്ക്കു വിടവുണ്ട്. കൂടുതൽ വ്യക്തമായി പറഞ്ഞാൽ, ഒരു പക്ഷവുമില്ലാത്ത എനിക്ക് ഇടതും വലതും ചേരിക്കാർ പോട്ടിയുണ്ട്. ഇവരിൽ വലതൻ വക്കീൽഗുമസ്തന് അറുപത്തിയേഴു വയസ്സായെങ്കിലും അവന്റെ കുബുദ്ധി കുശാഗ്രമായിത്തന്നെ വർത്തിക്കുന്നു. ഇടതൻ പടയാളിക്കും വയസ്സ് ഇമ്മിണിയായി. അക്കാദമി–കോട്ടയം റൂട്ടിൽ സഞ്ചരിക്കുന്ന കള്ളന്റെ സ്പീഡ് കണ്ടാൽ കണ്ണെടുക്കാൻ തോന്നില്ല. കണ്ണടവെക്കണം. പക്ഷേ, എന്നെത്തുടർന്നു നേതാവാകാൻ ഇവർ രണ്ടുപേരും അയോഗ്യരാണ്. ഒന്നാമത്തവനു കാലമായി. രണ്ടാമനാണെങ്കിൽ വെള്ളെഴുത്തും.

ഞാൻ ജീവിച്ചിരിക്കെത്തന്നെ എന്റെ പിന്തുടർച്ച തീരുമാനിക്കപ്പെടുന്നില്ലെങ്കിൽ, എനിക്കുശേഷം നിരൂപകന്മാർ രംഗത്തുവരും. എന്നാൽ ആകെ കുഴഞ്ഞു. ഇവർ രാഷ്ട്രീയക്കാരാണ്. അതില്ലാത്ത ഒരെഴുത്തു

കാരൻ ആ വർഗ്ഗത്തിന്റെ നേതാവാകുന്നത് അവർക്കു കളിമണ്ണിൽപോലും ചിന്തിക്കാൻ വയ്യ. അതുകൊണ്ട്, എനിക്കുശേഷം ഒഴിയുന്ന കട്ടിലിൽ കോണിവെച്ചു കയറിക്കൂടാൻ. വിദ്വത്സമൂഹം ഒരു സംഘടിത ശ്രമം നടത്തിയേക്കും.

പക്ഷേ, പുത്തൻ കൂറ്റുകാർ ഇവരെ എതിർക്കും. അമ്പത്തൊന്നക്ഷരവും അറിയാവുന്ന ഇവർ രക്തം ചിന്താനും മടിക്കില്ല. യുദ്ധമെങ്കിൽ യുദ്ധം തന്നെ.

ഈ സമരത്തിൽ, ജയിക്കാത്തവൻ തോല്ക്കുമായിരിക്കാം. എന്നാൽ, ഭാഗ്യപരീക്ഷയ്ക്ക് ഞാൻ തയ്യാറില്ല. എന്നു പറഞ്ഞാൽ എനിക്കുശേഷം ആരെന്ന ചോദ്യത്തിനുത്തരം ഞാൻതന്നെ എന്നാകുന്നു. നേതൃത്വം പനിച്ചു തുടങ്ങുന്നവർ വേറെ കട്ടിൽ കണ്ടുവെക്കുന്നതാവും ഭാഷയ്ക്കു ഭംഗി.

ജ്വാലകളിൽ ഒരു സ്വപ്നം

ഉഷാ നമ്പ്യാർ

ഒടുവിൽ അയാൾ എന്നോടു പറഞ്ഞു.

"ഇനി നീയൊറ്റയ്ക്ക് പോവുക. നിന്റെ രക്ഷകനും ശത്രുവും നീ തന്നെയാകുന്നു. നിന്റെ പാതയും."

അയാളത് പറയുമ്പോൾ മുഖത്ത് ഒരു ഋഷിയുടെ നിഴൽ വീണിരുന്നു. കണ്ണുകളിൽ പ്രകാശം കിടന്നുവിറച്ചു. എനിക്ക് മനസ്സിലായി. ഇതാ ഞാൻ ആ മുനമ്പിലെത്തിയിരിക്കുന്നു. എനിക്കു പോകേണ്ട പാത വിജനം. എന്റെ ലക്ഷ്യം അങ്ങകലെ കിഴക്കിന്റെ ചുവന്ന സൗന്ദര്യം എന്റെ ഞരമ്പുകളിൽ. അകലെ നിന്ന്, ഒരു സൂര്യോദയം കാത്തിരിക്കുന്നവരിൽ പലരിലൊരാളായിരുന്നു ഞാൻ. എന്റെ കൂട്ടുകാർ, അവരും ഇതേപോലെ ഏതെങ്കിലുമൊരു പാതയിൽ ഒറ്റപ്പെട്ട് ആ നിമിഷത്തിന്റെ ഭീകരതയിൽ വിറയ്ക്കുന്നുണ്ടാകും. ഇതേവരെ എന്നോടൊന്നിച്ച് നടന്ന അയാളും യാത്ര പറഞ്ഞപ്പോൾ ഞാൻ തികച്ചും ഏകാകിയായിത്തീർന്നു.

എന്റെ മുന്നിൽ അനേകം പാതകൾ കണ്ണു തുറന്നുകിടന്നു. എല്ലാറ്റിലും അനേകം യാത്രക്കാരുണ്ടായിരുന്നു. സാധാരണരും അസാധാരണരും കവികളും ഭ്രാന്തന്മാരും ശാസ്ത്രജ്ഞന്മാരും രോഗികളും. ആരും ആരെയും ശ്രദ്ധിച്ചില്ല. എല്ലാവരും ഓടിക്കൊണ്ടിരുന്നു. അവരെല്ലാം ധൃതിയിലായിരുന്നു. അവരെ കാത്ത് ഏതോ ഒരു താവളം മയങ്ങിക്കിടന്നു. ഞാൻ ഉൽക്കണ്ഠയോടെ എല്ലാവരേയും നോക്കി. എന്റെ സംഘത്തിലുള്ളവർ ആരെങ്കിലുമുണ്ടോ? യാത്ര പറഞ്ഞ ദിവസം എല്ലാവരും പ്രതിജ്ഞയെടുത്തിരുന്നു. ഒറ്റതിരിഞ്ഞ് സഞ്ചരിക്കുക. ഒരാളുടെയും പിന്നിലൂടെ നടക്കരുത്. എല്ലാവരും എനിക്ക് പരിചിതരായിരുന്നു. ഞാൻ ഉത്സാഹത്തോടെ ആദ്യം കണ്ട വഴിയിലൂടെ നടന്നു.

നഗരവീഥികളിൽ ഉയർന്നു നില്ക്കുന്ന മണിമേടകൾ. അതിന്നരികെ

ഇരുട്ടിൽ തപസ്സു ചെയ്യുന്ന കോളനികൾ. സ്റ്റീൽവിളക്കുകളെരിയുന്ന, ചന്ദനത്തിന്റെയും ഹെയർഓയിലിന്റെയും കുഴഞ്ഞ മണം വിതറുന്ന അമ്പലങ്ങൾ. ഇംപാലകളിൽ വന്നിറങ്ങുന്ന തടിച്ചികളും തടിയന്മാരും. കറുത്തപണമൊഴുകുന്ന, കറുത്ത രക്തമൊഴുകുന്ന നഗരം.

എല്ലുകൾ നയിക്കുന്ന ജാഥകൾ. അവർ ഒരു സമുദ്രമായി കൊടുങ്കാറ്റായി ചീറിയടിച്ച് ഒഴുകി ചുവന്ന ഒരു പശ്ചാത്തലം സൃഷ്ടിച്ചു.

രാത്രിയുടെ മറവിൽ, പച്ചമാംസം അന്യപുരുഷന്റെ ചൂടിൽ പൊള്ളിക്കുന്നവരുടെ കണ്ണുകളിലെ നിർവ്വികാരത. കറുത്ത ദിവസങ്ങളിലെ, വെളിച്ചത്തിന്റെ ഒരു തുള്ളി. ഈ വെളിച്ചം ദു:ഖമേകുന്നു. അവർ പകലിനെ ഭയന്നു. സ്വന്തം ഉദരത്തിൽ പിറന്ന കുഞ്ഞുങ്ങളെ ഭയന്നു. ചായം പിടിപ്പിച്ച നഗരത്തിന്റെ മുഖങ്ങളെ ഭയന്നു. അവർ അവർക്കുതന്നെ അപരിചിതരായിരുന്നു.

എല്ലാറ്റിനേയും പിന്നിലാക്കി. എല്ലാം ഉള്ളിൽ വഹിച്ച് ഞാൻ നടന്നു.

പെട്ടെന്നാണ് ഒരു ഗന്ധം, വല്ലാത്ത മടുപ്പിക്കുന്ന ഒരു ഗന്ധം എന്നെ പിടിച്ചുനിർത്തിയത്. ശ്വാസം മുട്ടിക്കുന്ന പുകയുയരുന്നുണ്ടായിരുന്നു. അതിലൂടെ ഒലിച്ചുവരുന്ന ഗന്ധം. ഞാൻ ചുറ്റിലും നോക്കി. ദുർഗ്ഗന്ധമുയരുന്നതെവിടെ നിന്നാണ്? ഞാൻ നാലുപാടും നോക്കി. മൂക്കുപൊത്താൻ കൈയുയർത്തി. അത്ഭുതം. ആരും മൂക്കുപൊത്തുന്നുണ്ടായിരുന്നില്ല. ആർക്കും ഈ ഗന്ധം ഒരസഹ്യതയുമുണർത്തുന്നില്ലെന്നോ? അസാധാരണമായൊന്നും സംഭവിക്കാത്ത മട്ടിൽ എല്ലാവരും ഓടുന്നു. അവരവരുടെ താവളമന്വേഷിച്ച്, സ്വന്തം വിധി തേടി.

ഇതിനെപ്പറ്റി എനിക്ക് ആരോടെങ്കിലും ചോദിക്കണമെന്ന് തോന്നി. ബ്രീഫ് കേസ് തൂക്കി മന്ദം നടക്കുന്ന ഒരാളെ ഞാൻ പിടിച്ചു നിർത്തി.

“എക്സ്ക്യൂസ് മീ. ഒന്നുനില്ക്കൂ. പ്ലീസ്.... പ്ലീസ്......”

അയാൾ വൈമനസ്യം കത്തുന്ന മുഖത്തോടെ നിന്നു. എന്നെ തുറിച്ചു നോക്കുന്ന തീപ്പന്തം. ഭാഗ്യം. അയാൾക്ക് ഒരു കണ്ണേയുണ്ടായിരുന്നുള്ളൂ. അതെന്നെ ആശ്വസിപ്പിച്ചു. അയാൾക്ക് രണ്ട് കണ്ണുമുണ്ടായിരുന്നെങ്കിൽ അതിൽ നിന്നുയരുന്ന തീ എന്നെ ഭസ്മമാക്കിയേനെ!

“നിങ്ങൾക്ക് അസാധാരണമായൊന്നും തോന്ന്ണില്ല്യേ? വല്ലാത്ത മടുപ്പിക്കുന്ന ഒരു ഗന്ധം?”

ആത്മാവിനെപ്പോലും വിറപ്പിക്കുന്ന പൊട്ടിത്തെറിയുടെ ഒച്ച. തുടർന്നുയരുന്ന പുകയിലൂടെ കരിഞ്ഞ ഒരു ഗന്ധം ചുഴറ്റിയടിക്കുന്ന ഈ അന്തരീക്ഷം.

“മിസ്റ്റർ പറയൂ. നിങ്ങൾക്കൊന്നും അനുഭവപ്പെടുന്നില്ലേ.....”

അയാൾ മൂക്കു വിടർത്തി പരിസരം ശ്രദ്ധിച്ചു. കുറേ നേരമത് അയാൾ തുടർന്നുകൊണ്ടിരുന്നു. അപ്പോഴേക്കും ശക്തിയായി പുകയുയരുന്നുണ്ടായിരുന്നു. ചുറ്റിലും ഗന്ധം നിറഞ്ഞ്, നീന്തിത്തുടിച്ചു. എനിക്ക് ഛർദ്ദിക്കണമെന്നു തോന്നി. എന്റെ ക്ഷമയെ പരിശോധിക്കുകയാണെന്ന്

തോന്നുന്നവിധത്തിൽ അയാളപ്പോഴും മൂക്കുവിടർത്തി തന്റെ ശ്രമം തുടരുകയായിരുന്നു.

ഒടുവിൽ, അയാൾ തന്റെ ശ്രമം അവസാനിപ്പിച്ചു. തനിക്കൊന്നും തോന്നുന്നില്ലെന്ന അർത്ഥത്തിൽ മുഖം ചുളിപ്പിച്ചു. അയാളുടെ കണ്ണുകൾ ഉന്തിവന്നു.

"മിസ്റ്റർ നിങ്ങൾ ആളെ ഉപദ്രവിക്ക്വാണ്. എനിക്കൊരു ചുക്കും തോന്ന്ണില്ല."

അയാളുടെ ഇടത്തേ, കാഴ്ചയില്ലാത്ത കണ്ണിൽ വെളുത്ത ഒരു ഗോട്ടി ഉരുണ്ടുകളിച്ചു. ഭീതിയുടെ ഒരു പൊരി എന്റെ മേൽ പതിച്ചു.

"നിങ്ങളൊന്നും കാണുന്നില്ലേന്നോ! നോക്കൂ, ആകാശത്തിലേക്ക് പുകയുയരുന്നത് കണ്ടില്ല്യേ? നിശ്ചയമായും ഇവിടെന്തോ കരിയുന്നുണ്ട്.

പറയൂ മിസ്റ്റർ, നിങ്ങൾക്കൊന്നും.....ഒന്നും......"

എന്റെ ശബ്ദം ചെറുതായി ചെറുതായി വന്നു. ശ്വാസം മുട്ടിക്കുന്ന, ദുർഗ്ഗന്ധമുതിർക്കുന്ന പുകയിൽ നീറിപ്പിടയുന്ന അനേകം ആത്മാവുകൾ.

എല്ലാവരുടെയും കണ്ണുകൾ ഒന്നോടെ ആരാണ് കുത്തിപ്പൊട്ടിച്ചത്? ചെവിയെ മൂടുന്ന ഈ ശബ്ദകോലാഹലങ്ങൾ ആരാണുയർത്തുന്നത്? ഞങ്ങളെ ഭരിക്കുന്ന, എവിടേക്കും എത്താത്ത ഒരു വീഥിയിൽ കെട്ടിയിടുന്ന ഈ ക്രൂരത ആരാണ് ചെയ്യുന്നത്?

അയാൾ എന്നെ തുറിച്ചു നോക്കിക്കൊണ്ടിരുന്നു. ഒടുവിൽ കാക്ക കരയുന്ന ഒച്ചയിൽ അയാൾ പറഞ്ഞു.

"നിങ്ങൾക്ക് ഭ്രാന്താണ്."

ആരോ തന്നെ തടഞ്ഞുനിർത്തുമെന്ന് ഭയപ്പെട്ട് അയാളോടി. അയാൾക്കും മറ്റുള്ളവർക്കൊപ്പമെത്തേണ്ടതുണ്ടായിരുന്നു. ഞാൻ ജാഗ്രതയോടെ നിന്നു. അപ്പോഴും ആ ഗന്ധം കാറ്റിൽ വീശിയിരുന്നു. പൊട്ടിത്തെറിയുടെ ശബ്ദം കേൾക്കുന്നുണ്ടായിരുന്നു.

എവിടെയോ എന്തോ കരിയുന്നു.

എവിടെ, എവിടെ, അതെവിടെയായിരിക്കും?

വീണ്ടും ഞാൻ നടന്നു. എനിക്ക് നില്ക്കാൻ അനുവാദമുണ്ടായിരുന്നില്ല. തുടരുക, തുടരുക. യാത്ര തുടരുക.

ബാന്റ് മേളം കേൾക്കുന്നു. ആൾക്കാരുടെ ശബ്ദങ്ങളിടകലർന്നൊഴുകുന്നു. നഗരവീഥികളും, സർക്കാരാപ്പീസുകളുമെല്ലാം തോരണങ്ങൾ ചാർത്തി അലങ്കരിച്ചിരിക്കുന്നു. റോഡിലെ ചപ്പും ചവറുകളും നീക്കം ചെയ്തിരിക്കുന്നു. പലതരം ആൾക്കാരുടെ തുപ്പലുകൾ നിറഞ്ഞ തെരുവീഥികൾ ആരാണിവ മായ്ക്കാൻ വരുക?

മെലിഞ്ഞ, നടുവൊടിഞ്ഞ ഒരു കാക്കിക്കുപ്പായക്കാരൻ പശുക്കളേയും, ആടുകളേയും ആട്ടിയകറ്റുന്നു.

കുഴിഞ്ഞ കണ്ണുകളും, ഒട്ടിയവയറും ഉള്ള ഒരുകൂട്ടം കുട്ടികൾ തെരുവിന്റെ മൂലയ്ക്കുനിന്നിരുന്നു. അവരുടെ ഉന്തിയ മുഖങ്ങളിൽ, നാളെയുടെ ഭൂതം ഒളിച്ചുനിന്നിരുന്നു. അല്ലെങ്കിൽ അവർ ഭൂതങ്ങളായിരുന്നു. മറ്റുള്ള

വർ പേടിക്കുന്ന സ്വയം പേടിക്കുന്ന ഭൂതങ്ങൾ. കാക്കിക്കുപ്പായക്കാരൻ അവരെക്കണ്ട് ഒരു നിമിഷം അറച്ചുനിന്നു. പിന്നെ ചുവന്ന കണ്ണുരുട്ടി, ചൂരൽ വീശി. പോയിനെടാ, നായിന്റെ മക്കളേ–

അവർക്കതൊരു പുതിയ വിശേഷമായിരുന്നു. അന്യോന്യം അത്ഭുതത്തോടെ നോക്കിനിന്നു അവർ. അച്ഛനെ തെരയുന്ന, അമ്മയെ തെരയുന്ന നിരാലംബർ. എവിടെ ഞങ്ങളുടെ സ്രഷ്ടാക്കൾ? കറുത്ത ഒരു ജീവിതമേകി ഈ ഇരുട്ടിൽ തനിച്ചാക്കി അവരെവിടെപ്പോയൊളിച്ചു?

ചെറുക്കന്മാർ ഓടുന്ന ഒച്ച. മെലിഞ്ഞ ദേഹത്തെ കാറ്റിനെതിരെ ചലിപ്പിച്ച് പ്രയാസത്തോടെ അവരോടി. കാക്കിക്കുപ്പായക്കാരന്റെ മുഖത്ത് ആശ്വാസത്തിന്റെ തെളിച്ചം.

കാലുകൾക്കിടയിൽ തിരിയുന്ന ഭൂമി. അതോ ഞാനാണോ തിരിയുന്നത്? ആകാശം കൊളുത്തിയ ദീപം, എരിഞ്ഞുയരുന്ന ചൂട്.

കരിയട്ടെ–സകലതും കത്തി ചാമ്പലാവട്ടെ. പക്ഷേ, എവിടെ തീ? നാമന്വേഷിക്കുന്ന, നമ്മുടെ തീ?

ബാന്റുമേളം അടുത്ത് വന്നു. അടുത്തിറങ്ങിയ ഹിന്ദി സിനിമയിലെ ഹിറ്റ് ഗാനത്തിന്റെ ട്യൂൺ ബാന്റ് നാദമൊഴുക്കി.

മുന്നിൽ നടക്കുന്ന കാക്കിക്കുപ്പായക്കാരുടെ നിര, അവർക്കുപിന്നിൽ സുന്ദരികളുടെ കണ്ണിലെ കർപ്പൂരത്തിരികൾ. ചുണ്ടുകളിലെ ചെഞ്ചോരപ്പൂക്കൾ. നടുവിൽ കുടവയറുള്ള കഷണ്ടി ബാധിച്ച, പല്ലുകൾ കൊഴിഞ്ഞ അസ്ഥികൂടങ്ങൾ, സത്യം, അവർക്കെല്ലാം ഒരേ ഛായയായിരുന്നു. ഒരേ അച്ചിൽ വാർത്തെടുത്തവർ, മഞ്ഞലോഹങ്ങളിൽ പൊതിഞ്ഞ അവരുടെ ദേഹം. കണ്ണിൽ ശവത്തിന്റെ വിളറിച്ചയും, നരച്ച ഇരുട്ടും.

എന്താണ് വിശേഷം?

കാക്കിക്കുപ്പായക്കാരന്റെ മുഖത്ത് അത്ഭുതത്തിന്റെ ചുളിവുകൾ.

അയാൾ പറഞ്ഞ കഥ,

തിരുമേനിമാർ ജനങ്ങളാൽ തെരഞ്ഞെടുക്കപ്പെടുന്നവരാണ്. അഞ്ചുകൊല്ലത്തിലൊരിക്കൽ തിരുമേനിമാർ തങ്ങളുടെ പ്രിയപ്പെട്ട ജനതയെ കാണുവാനെഴുന്നള്ളുന്നു. ആശീർവാദങ്ങൾ കൊടുക്കുന്നു.

ഒരു മണി അരിയില്ലാഞ്ഞിട്ട് മരിച്ചുപോയ കുഞ്ഞിനെ മാറത്തടുക്കി, ക്യൂ നില്ക്കുന്ന അമ്മമാർ. ചുറ്റിലും ആർക്കുന്ന, ദാരിദ്ര്യത്തിന്റെ ആക്രോശങ്ങൾ.

തിരുമേനിമാർ ആജ്ഞാപിക്കുന്നു.

അടുത്തു തന്നെ ഞങ്ങൾ മാഹാറാണിയെ സന്ദർശിക്കാൻ പോകുന്നുണ്ട്. അതുവരേക്കും ക്ഷമിക്കുക.

വിലയേറിയ നിങ്ങളുടെ ഓരോ വോട്ടും–ഞാനോടി. പിന്നിൽ ബാന്റ് മേളം നേർത്തു നേർത്തു വന്നു. എനിക്കെത്തേണ്ടത് വളരെ ദൂരെയാണ്.

വെയിലേറ്റ് എന്റെ പുറം ആമയുടെ പുറം തോടുപോലെയായി. തല ഉള്ളിലേക്ക് വലിച്ചു. ആമയായി ചതുപ്പു നിലങ്ങളിലൂടെ ഞാൻ ഊളി

യിട്ടു നടന്നു. എന്റെ കാലുകൾ തേഞ്ഞു കുറുതായി. എന്നിട്ടും വഴികൾ നീണ്ടു പോയി. ഇനിയുമെത്രയെത്ര നാളുകൾ–

ഇരുണ്ട ഒരിടവഴിയിൽവെച്ച് ഞാനയാളെ കണ്ടുമുട്ടി. കണ്ണടവച്ച എന്റെ ബാല്യകാലസുഹൃത്തിനെ. അയാളും അന്വേഷണത്തിന്റെ പാതയിലായിരുന്നു. നീണ്ട ജടപിടിച്ച മുടി പിന്നോട്ടു വകഞ്ഞുമാറ്റി അയാളെന്നോട് സംസാരിച്ചു. എനിക്ക് സന്തോഷം തോന്നി. ഇത്രയും കാലം ഞാൻ ആരോടും സംസാരിച്ചിരുന്നില്ല. സംസാരശക്തിതന്നെ നഷ്ടപ്പെട്ടുപോയേക്കുമെന്ന് ഞാൻ ഭയപ്പെട്ടു. അവയുള്ളിൽ സൂക്ഷിച്ച്, നീറി വലിയൊരു ഭാരവും ചുമന്നു ഞാൻ നടന്നു. ഇപ്പോഴിതാ, ആ ഭാരം ഇറക്കിവെക്കാറായിരിക്കുന്നു.

അയാൾ മുഴങ്ങുന്ന ഒച്ചയിൽ സംസാരിച്ചു.

നാം ശപിക്കപ്പെട്ടവരാണ്. അന്വേഷിക്കുക, അന്വേഷിക്കുക.

ഒരിക്കലും കണ്ടെത്താതിരിക്കുക. ഇതാണ് നമ്മുടെ വിധി. നമ്മുടെ ശാപം, ഞാനോർത്തു, ഈ സ്വരം മാത്രം ഞാൻ തിരിച്ചറിയുന്നു. ബാക്കിയെല്ലാം അപരിചിതങ്ങൾ. നിന്റെ മുഖത്തെ ദാർഢ്യം. വരകൾ വീണ നെറ്റിക്കു താഴെയുള്ള രൂക്ഷത.

പോകാൻ നേരത്ത് ഉച്ചത്തിൽ, ആകാശത്തേക്കു നോക്കി അയാളലറി– ഞാൻ തോല്ക്കില്ല, ആരോടായാലും ഞാനിത് തുടർന്നുപോകും.

ഒടുവിൽ.......ഒടുവിൽ ആ ദിനത്തിൽ വെളിച്ചത്തിൽ ഞാനെന്റെ എല്ലാ ദുഃഖങ്ങളെയും തോർത്തിയെടുക്കും.

അയാൾ പോയി. എങ്കിലും അയാളുടെ മുഖം എന്നെത്തേടിയെത്തി. ഇരുമ്പിന്റെ കനമുള്ള സ്വരം മേൽ പതിച്ചു. തലയ്ക്കുമുകളിൽ തൂങ്ങി നില്ക്കുന്ന ഒരു വാൾ. ഏത് നിമിഷവും അത് അറ്റു താഴേക്കു വീഴാം. അതുവരെ വിശ്രമിക്കാതിരിക്കുക.

ഞാനൊറ്റയ്ക്ക് നടന്നു. ഇരുട്ട് കുടവിരിച്ച് എനിക്ക് തണലേകി. എന്റെ കാലുകൾ നിശ്ചലങ്ങളായി. മുക്കൂട്ടുവഴിയിൽ തരിച്ചു നില്ക്കുന്ന ഞാൻ. ഇനിയും ഞാനെങ്ങനെ മുന്നോട്ടു പോകും. ഉയർന്നുനില്ക്കുന്ന പർവ്വതങ്ങളെ തട്ടിയെറിഞ്ഞു ഞാനെങ്ങനെ പോകും?

ആരോ വരുന്നു. കറുത്ത് തടിച്ച വികൃതമായ ഒരാൾ. പച്ചക്കണ്ണടധരിച്ച അയാളടുത്തെത്തിയപ്പോൾ ദുർഗ്ഗന്ധമുയരുന്നുണ്ടായിരുന്നു. ഏതോ വഴിയിൽ ഞാനുപേക്ഷിച്ചുപോന്ന അതേഗന്ധം അയാളെ ചൂഴ്ന്നു നിന്നു. എങ്കിലും അത് മറച്ചു വെച്ച് ഞാനയാളോടു ചോദിച്ചു.

"കിഴക്കോട്ടേക്കുള്ള പാതയെവിടെയാണ്?"

വികൃതമായ ഒരു ശബ്ദം പുറപ്പെടുവിച്ച് അയാളറിയില്ലെന്നറിയിച്ചു. അയാൾക്കു പോകേണ്ടത് പടിഞ്ഞാറോട്ടേക്കായിരുന്നു. വീണ്ടും ആരൊക്കെയോ വന്നു. ഇരുട്ടിന്റെ മുഖമുള്ളവർ, അവരെല്ലാം പടിഞ്ഞാട്ടും തെക്കോട്ടും പോകുന്നവരായിരുന്നു.

ഒടുവിൽ രാത്രി വന്നു. എന്റെ കണ്ണിൽ ഉറക്കം പീലി വിടർത്തി. താഴെ, വെറും മണ്ണിൽ ഞാൻ കുഴഞ്ഞുവീണു. ഉറക്കത്തിൽ ആയിരം

കണ്ണുകളുള്ള സൂര്യനെ ഞാൻ സ്വപ്നം കണ്ടു. എഴുന്നേറ്റത്, ഉച്ചത്തിലുള്ള ശബ്ദം കേട്ടായിരുന്നു. എന്റെ ചുറ്റിലും ആരൊക്കെയോ നിന്നിരുന്നു. ആഹ്ളാദത്തോടെ ഞാനൊരു ശബ്ദം പുറപ്പെടുവിച്ചു. അവരെല്ലാം എന്റെ സംഘത്തിലുള്ളവരായിരുന്നു. സ്വന്തം വഴി കണ്ടെത്താനിറങ്ങി തിരിച്ചവരിതാ ഒരൊറ്റ വഴിയിലെത്തിയിരിക്കുന്നു.

ഇനിയും പാതയെവിടെ?

കാറ്റലറി– കിഴക്കോട്ട്.

കടലിരമ്പി– കിഴക്കോട്ട്.

ഞങ്ങളുടെ ചിന്തകളിൽ അഗ്നിപർവ്വതം ജ്വലിച്ചു നിന്നു.

ദൂരേക്ക് നോക്കൂ.

ക്യൂനില്ക്കുന്ന ഞങ്ങൾ, അകലേയ്ക്കുനോക്കി– നടന്നു. കിഴക്കന്വേഷിച്ച്.

അങ്കം ഒന്ന്, രംഗം രണ്ട്

പട്ടത്തുവിള കരുണാകരൻ

ഇന്നലത്തെ ഉറക്കം ബാക്കി നില്ക്കുന്നു. അങ്ങനെ എത്ര ഇരവുകളിലെ! ഉറക്കം ക്ഷണിച്ചുവരുത്താൻ മുമ്പ് കഴിവുണ്ടായിരുന്നു. അതിനിയും ഒരിക്കലും തിരികെ കിട്ടില്ല. യാത്രകളിൽ ഓടിമറയുന്ന പകലുകളും ഇരുട്ടിന്റെ മറവിലെ കർമ്മങ്ങളും.

നഗരത്തിൽ വണ്ടിയിറങ്ങിയപ്പോൾ പുലർച്ചയോ സന്ധ്യയോ എന്ന് തീർച്ചയുണ്ടായിരുന്നില്ല. തലയ്ക്ക് പൊന്തിക്കാനാവാത്ത കനവും നെഞ്ചിൽ ഊറിനില്ക്കുന്ന സ്വപ്നങ്ങളും ആകപ്പാടെ മത്ത് പിടിച്ചപോലെ--പ്രതീക്ഷയ്ക്കും നിരാശയ്ക്കും നടുവിലുള്ള അക്ഷമ നിവർത്തിയ അസ്വസ്ഥത.

പുറത്തിറങ്ങി നടന്നു തുടങ്ങുന്നതിനു മുമ്പായി തിരിഞ്ഞുനോക്കിയില്ല. ഉപബോധ മനസ്സ് പ്രവർത്തിച്ചിട്ടുണ്ടായിരിക്കണം. സംശയത്തിന് കാരണമുണ്ടായിരുന്നില്ല. എന്നാൽ സുരക്ഷിതബോധം ഒരുപക്ഷേ റിഫ്ളക്ട് ആക്ഷനായി തിരിഞ്ഞുനോക്കുന്നതിൽ നിന്ന് മനസ്സിനെ ബലമായി തടഞ്ഞിരിക്കാം.

കൂടെ വണ്ടിയിറങ്ങിയവർ കടന്നുപോകുന്നു. ആരെയും ശ്രദ്ധിച്ചില്ല. അതും മനഃപൂർവ്വമായിരുന്നു. അവർ തിരക്കിട്ടു നടക്കുന്നു. അപ്പോഴാണ് സമയത്തെപ്പറ്റി ബോധമുദിച്ചത്. ഇരുട്ടുന്നതിന് മുമ്പ് ലക്ഷ്യത്തിലെത്താനുള്ള വെമ്പൽ അവരുടെ കാലുകളെ വേഗതയിൽ ചലിപ്പിക്കുന്നു. അവർക്ക് വഴിമാറിക്കൊടുത്തുകൊണ്ട് നിരത്തിന്റെ അരിക് ചേർന്ന് നടന്നു.

ഒരിക്കലും ജനക്കൂട്ടത്തോട് ഒത്തുചേരാൻ ഇഷ്ടപ്പെട്ടിട്ടില്ല. എന്താണ് കാരണം? കേർക്കുയോറിനെപ്പോലെയാണോ? അല്ലെന്ന് തീർച്ചയുണ്ട്. കേർക്കുയോർ സമൂഹത്തെ ഭീരുക്കളുടെ ഒളിവുകേന്ദ്രമായി കണ്ടു—

വ്യക്തിത്വത്തിന്റെ ശ്മശാനം. സമൂഹത്തെ നീറ്റി ശുദ്ധീകരിച്ച് അതിൽനിന്ന് സമ്പൂർണ്ണമനുഷ്യനെ വാർത്തെടുക്കുക. അതായിരുന്നില്ലേ ആ ഡാനിഷ് ചിന്തകന്റെ സിദ്ധാന്തം?

വണ്ടിയിൽവെച്ച് കണ്ടുമുട്ടിയ സഹയാത്രികനായ വെള്ളക്കാരന്റെ സംഭാഷണം ഓർമ്മവന്നു. തലയ്ക്കു മത്തുപിടിച്ചെങ്കിൽ അതും ഒരു കാരണമായിരുന്നു. പുറമേ നിർവ്വികാരനായിട്ടാണ് അയാളുടെ അഭിപ്രായങ്ങൾ കേട്ടത്. വെള്ളക്കാരൻ കാവി വസ്ത്രം ധരിച്ചിരുന്നു. കഴുത്തുവരെ മുടി നീട്ടിയിരുന്നു. തന്നോളം പ്രായം കാണില്ല. അയാളെന്തോ തേടി അലയുന്നു. എന്തായിരിക്കും ആ വിദേശി അന്വേഷിക്കുന്നത്? സത്യത്തിന്റെ മുഖങ്ങൾ.

ഒഴിഞ്ഞ സീറ്റുകൾ വേറെ കിടന്നിട്ടും പ്രത്യേകം ഉന്നം വച്ചെന്നപോലെ അയാൾ സമീപത്തുവന്നിരുന്നു. സാഹചര്യത്തെപ്പറ്റി അശ്രദ്ധനായിത്തോന്നി. ഇരുന്ന ഉടനെത്തന്നെ തിരക്കിട്ട് കൈയിലുണ്ടായിരുന്ന ക്യാൻവാസ് സഞ്ചിയിൽനിന്നും നീലച്ചട്ടയുള്ള പുസ്തകം വലിച്ചെടുത്തു. ദെക്കാർത്തെ. പുസ്തകം കൈയിലായപ്പോൾ സാഹചര്യം ഓർമ്മവന്നതുപോലെ സഞ്ചി താഴേക്കുവച്ച് മുഖത്തുനോക്കി പുഞ്ചിരിച്ചു. ആളെ ഇഷ്ടപ്പെട്ടില്ല എന്ന് പറഞ്ഞുകൂടാ. സ്വർണ്ണനിറത്തിലെ താടിയും നീണ്ട തലമുടിയും കലണ്ടറുകളിൽ കണ്ടിട്ടുള്ള ക്രിസ്തുദേവന്റെ വർണ്ണചിത്രങ്ങളെ ഓർമ്മിപ്പിച്ചു. എന്നാൽ കാഷായവസ്ത്രം — അതിൽ പൊരുത്തക്കേടുണ്ടോ?

“ഐ യ്യാം നോട് ഹിപ്പി”

ഫ്രഞ്ചുകാരന്റെ ഉച്ചാരണ ശൈലിയിലെ ഇംഗ്ലീഷ്. സ്വയം പരിചയപ്പെടുത്തുന്നതിലേറെ വെല്ലുവിളിയായിരുന്നു മുഖഭാവം. ആ പ്രഖ്യാപനം സ്വീകരിക്കാനോ സംശയം പ്രകടിപ്പിക്കാനോ മുതിർന്നില്ല. (ഹിപ്പിയാണെങ്കിൽത്തന്നെ) ഭാഷ മനസ്സിലായില്ലെന്നയാൾ വേണമെങ്കിൽ വിചാരിച്ചോട്ടെ. വെള്ളക്കാരന്റെ കാവിവേഷവും ആകൃതിയും മറ്റു യാത്രക്കാരുടെ ശ്രദ്ധ ആകർഷിച്ചിരുന്നു. ഒരുപക്ഷേ, അവരുടെ അറിവിനുവേണ്ടിക്കൂടെയായിരിക്കുമോ അയാൾ ഉറക്കെ പറഞ്ഞത്.

“യൂർ നേം പ്ലീസ്?”

അതു പ്രതീക്ഷിച്ചിരുന്നില്ല. ഭാഷ മനസ്സിലായോ എന്നറിയാനായിരിക്കും ആ ചോദ്യം. ഏതായാലും കരുതിവച്ചിരുന്ന പേര് പറഞ്ഞു.

“ഹരി”

“ഹരി!” അത്ഭുതം ഭാവിച്ചു. ഉള്ളുതുളച്ചു കയറുന്ന കള്ളച്ചിരി. “ബത്ത് യു ലുക്ക് ദി ഓപ്പാസിത്ത്.”

കണ്ണുകൾ തമ്മിൽ ഇടഞ്ഞു. അന്യോന്യം മനസ്സിലാക്കിയതുപോലെ. ചിരിമായ്ക്കാതെ തന്നെ അയാൾ മുഖം താഴ്ത്തി ദെക്കാർത്തെയുടെ പേജുകൾ മറിച്ചു. വായിച്ചുനിർത്തിയ ഭാഗം തെരയുകയായിരിക്കും. എന്തോ ഓർമ്മവന്നതുപോലെ പുസ്തകത്തിന്റെ അവസാനഭാഗങ്ങളിൽ കണ്ണോടിച്ചു. ശ്രദ്ധ ഒരു പേജിൽ തടഞ്ഞു. നിമിഷം മാത്രം. അയാൾക്ക്

വായന തുടരാൻ കഴിയുന്നില്ല. തല ഉയർത്തി മുഖം തിരിച്ച് ജനാലയിൽക്കൂടി പുറത്തേക്ക് നോക്കി.

ഓടിമറയുന്ന വൃക്ഷങ്ങൾ, കുടിലുകൾ, ഓടുമേഞ്ഞ വീടുകൾ, ചുവരെഴുത്തുകൾ, ഉയർത്തി നിർത്തിയ പരസ്യങ്ങൾ, വിശാലമായ മൈതാനം, അതിന്റെ മൂലയ്ക്ക് കോൺക്രീറ്റു മണ്ഡപത്തിൽ സിമന്റ് കുടയ്ക്ക് കീഴിൽ കുടികൊള്ളുന്ന ഗാന്ധി പ്രതിമ.

പൊട്ടിച്ചിരിയുടെ ശബ്ദംകേട്ട് മുഖം അറിയാതെ തിരിഞ്ഞു. സ്വർണ്ണത്താടി, നിയന്ത്രിക്കാനാവാത്ത ചിരിയിൽ ചലിക്കുന്നു. അപ്പോഴാണ് സുന്ദരമായ മുഖത്തിന് ചേരാത്ത കറപിടിച്ച പല്ലുകൾ പുറത്തുകണ്ടത്.

“ക്ഷമിക്കണേ, ഈ നിരപരാധിയെ നിങ്ങൾ മഹാത്മാ എന്നാരോപിക്കുന്നതെന്തുകൊണ്ടാണെന്നു മനസ്സിലാകുന്നില്ല.” ചിരി ഒതുക്കാനായി ദെക്കാർത്തയെ ഉപയോഗിച്ച് വായ് പൊത്തിപ്പിടിച്ചു.

കൂടെ ചിരിച്ചില്ല. എങ്കിലും ചുണ്ടുകളിൽ അറിയാതെവന്ന പുഞ്ചിരി അവിടെത്തന്നെ നിന്നു. എന്തായിരിക്കും ആ ചോദ്യത്തിന്റെ പിന്നിലെ സൂചന? കാഴ്ചപ്പാടുകൾ വിഭിന്നങ്ങളായിരിക്കും. എന്നാലും മനസ്സിൽക്കൂടെ അപ്പോൾ കടന്നുപോയ രൂപങ്ങൾ, രംഗങ്ങൾ ഫലിതം നിഴലിപ്പിക്കുന്നവയായിരുന്നു. താൻ കാണുന്ന അതേ വേഷങ്ങൾ തന്നെയാണോ വിദേശിയുടെ ചിരിക്ക് വക നല്കിയത്?

നേരിൽ കണ്ടിട്ടില്ല. നാല്പത്തെട്ടിൽ ഹൈ സ്കൂൾ ക്ലാസിൽ എത്തിയിരുന്നില്ല. ഒരു ദിവസം റേഡിയോവിൽ നിന്നു തുടർച്ചയായി ‘ഈശ്വരാ അള്ളാ’ ഭജനഗാനം കേട്ടപ്പോൾ ആളുകൾ ഓടിക്കൂടുന്നതു കണ്ടു. നിശ്ശബ്ദരായി തുറിച്ചുനോക്കുന്ന അവരുടെ മുഖങ്ങളിൽ അമ്പരപ്പുണ്ടായിരുന്നു. ജീവനോടെ കണ്ടിട്ടില്ലെങ്കിലും ആയിരം ചിത്രങ്ങളിലൂടെ ആ ചിത്രം മനസ്സിൽ പതിഞ്ഞിരുന്നു; താഴോട്ടു കുനിച്ചുവച്ച മുഖം. വച്ചുപിടിപ്പിച്ചതുപോലെ ഉന്തിനില്ക്കുന്ന വലിയ കാതുകൾ. മൂക്കിന്ററ്റത്ത് അപകടനിലയിൽ തൂങ്ങുന്ന കമ്പി ഫ്രെയിമിലെ കണ്ണാടി .. എന്തുകൊണ്ടാണിദ്ദേഹം ദേഹം മറയ്ക്കാത്തത്....

പിന്നീടാണ് ചരിത്രം പഠിച്ചത്. ഉപ്പുണ്ടാക്കാനുള്ള ദണ്ഡിയാത്ര. സബർമതി ആശ്രമത്തിലെ ചർക്ക തിരിക്കൽ. ആട്ടിൻപാലും പൂവൻ പഴവും മാത്രം ഭക്ഷിച്ചുകൊണ്ടുള്ള മൂന്നാം ക്ലാസിലെ യാത്ര. ബിർളാ മന്ദിരത്തിലെ “തേരേ നാം” കോറസ്. കുലത്തൊഴിലായ പലിശയ്ക്ക് പണം കൊടുക്കലായിരുന്നില്ലേ ഈ മഹാനു കൂടുതൽ ചേർന്ന കളരി? എന്നാൽ അതനുവദിക്കാതെ ത്യാഗിവര്യന്റെ നഗ്നതകാട്ടി ഒരു ജനതയെ മുഴുവൻ രണ്ടു തലമുറയ്ക്ക് പിന്നിലേക്ക് വലിച്ചിഴച്ചു. സ്വന്തം രാജവംശം സ്ഥാപിക്കാൻ ശക്തൻതമ്പുരാൻ അശക്തനായി കാത്തുനിന്നിരുന്നു.

ചരിത്രം തുടർന്ന് പഠിച്ചു. ഇനി ഒരു ജനത. അവിടെ ഋഷിവര്യനില്ല. കവിത എഴുതുന്ന അദ്ധ്യാപകൻ പട്ടാളക്കുപ്പായമിട്ട് തോക്കു കൈയിലെടുത്ത് അവരെ നയിച്ചു കാൽനടയായി, മരുഭൂമിയിലൂടെ, കുറ്റിക്കാടുകളിലൂടെ, നഗരങ്ങളിലൂടെ, മാറിവരുന്ന കാലാവസ്ഥയെ അവഗണിച്ച്

ആറായിരം മൈൽ നടന്ന് ശത്രുപാളയത്തിൽ കൊടി നാട്ടി. യെനാൻ! എന്തുകൊണ്ടാണ് ആ നാമം ഉള്ളിൽ തരിപ്പ് സൃഷ്ടിക്കുന്നത്?

ഒരിടത്ത് ബൃഹത്തായ കോമഡി അഭിനയിക്കുമ്പോൾ മറുവശത്ത് യാഥാർത്ഥ്യങ്ങളെ നേരിടുകയായിരുന്നു. ആരാണ് മോചനം നേടിയത്?

രാജവംശത്തിലെ ഏകാവകാശിയായ റാണി നാടുവാഴുന്നു, രാജ കുമാരനെ അണിഞ്ഞൊരുക്കുന്നു....

"മാഹാത്മ്യം മഹർഷിമാർക്ക് മാത്രമുള്ളതാണ്."

ഫ്രഞ്ചുചുവയുള്ള ഇംഗ്ലീഷ്, ചിന്തയിൽ നിന്ന് വിളിച്ചുണർത്തി, "രാഷ്ട്രീയക്കാരനു മാഹാത്മ്യത്തിലേക്കുള്ള പാത മറ്റൊന്നാണ്. വേണ മെങ്കിൽ നിങ്ങൾ മഹാനെന്നു വിളിച്ചോളൂ."

ആദ്യമായി അയാളെ താല്പര്യത്തോടു നോക്കി. അനുകമ്പയാണ് മനസ്സിൽ പൊന്തിവന്ന വികാരം. ഫ്രഞ്ചുഭാഷയിൽ സംസാരിക്കാൻ അയാളെ ഉപദേശിച്ചാലോ? അടുത്ത സീറ്റുകളിലെ ദേശഭക്തരായ യാത്ര ക്കാർ പ്രകോപനത്തിന് വഴിപ്പെട്ടാൽ സന്ന്യാസി അപകടത്തിലാവും. അതിനു സാക്ഷിയാകുക പന്തിയുള്ള കാര്യമല്ല. ഈ മനുഷ്യൻ ഏതു നാട്ടുകാരനായിരിക്കും! ഉച്ചാരണത്തിലെ ഫ്രഞ്ചുസ്വാധീനം മാത്രമേ അതിനു സൂചന നല്കിയുള്ളു. ചോദിക്കാൻ മുതിർന്നില്ല. എന്നാൽ അയാൾ ഫ്രഞ്ചുകാരനാണെങ്കിൽ എന്നാഗ്രഹിച്ചു. ആദ്യത്തെ കമ്യൂണിനു കളമൊരുക്കിയ രാജ്യം. പഠിക്കാനും പ്രവർത്തിക്കാനും ഒടുവിൽ സ്വന്തം ജനതയെ സായുധവിപ്ലവത്തിലൂടെ മോചിപ്പിക്കാൻ ആട്ടിൻതാടിക്കാര നായ വീരയോദ്ധാവിന് അഭയം നല്കിയ നാട്.

"നിരാഹാരം സമരമാർഗ്ഗമാകുമ്പോൾ അഹിംസയാകുന്നതെങ്ങനെ." അയാൾ വിടുന്ന ലക്ഷണമില്ല. "ഓ പക്ഷേ, നിങ്ങളുടെ സ്വാതന്ത്ര്യത്തിനു നല്ല സ്വാദുണ്ടാവണം ഇല്ലേ?"

അയാൾ മറുപടി പ്രതീക്ഷിച്ചുവെന്ന് തോന്നുന്നില്ല. ആ പുച്ഛരസം അത് പ്രകടിപ്പിച്ചു. അയാൾ ഒരു ചോദ്യത്തിനും മറുപടി പ്രതീക്ഷിച്ചിരി ക്കയില്ല. എന്താണ് ആ കാവിവസ്ത്രത്തിനുള്ളിൽ ഒളിഞ്ഞിരിക്കുന്നത്. അയാൾ വെറും കാഴ്ചക്കാരനായി അഭിനയിക്കുന്നു. മനുസ്മൃതിയിലെ സദ്വചനങ്ങളും വേദാന്തത്തിന്റെ സൂചനകളും കൊണ്ട് എന്താണയാൾ പൊതിയാൻ ശ്രമിക്കുന്നത്.

പെട്ടന്നയാൾക്ക് താല്പര്യം നശിച്ചപോലെ തോന്നി. കൈയിലുള്ള പുസ്തകം തുറന്നു. നിമിഷങ്ങൾക്കുള്ളിൽ അയാൾ ചുറ്റുപാടും മറന്നു. ദെക്കാർത്തെയും അയാളും തനിച്ചായി. ഇപ്പോൾ ചോദ്യങ്ങളെ നേരി ടാതെ അയാളെ ശ്രദ്ധിക്കാമെന്ന് തോന്നി.

ദെക്കാർത്തെ–വൈരുദ്ധ്യങ്ങളുടെ മൂർത്തീകരണം. ആരോഗ്യം നശിച്ച ദുർബ്ബലനായ സൈനികൻ. നിരീശ്വരവാദി എന്ന് ആരോപിക്ക പ്പെട്ട കടുത്ത കത്തോലിക്കാ വിശ്വാസി. ഏതിനും തെളിവ് ആവശ്യപ്പെ ടുന്നവനും എന്നാൽ ഞാൻ 'ഞാൻ ചിന്തിക്കുന്നു. അതുകൊണ്ട് ഞാൻ' എന്ന് വീറോടു വാദിച്ചവനും. എല്ലാം ജോമട്രിയുടെ കൃത്യമായ അളവു

കോൽകൊണ്ട് നിർണ്ണയിക്കാൻ തുനിഞ്ഞു. അവകൊണ്ടാകുമോ ഒന്നിനും പൂർണ്ണത കല്പിക്കാൻ കഴിയാതെ പോയത്.

വെള്ളക്കാരനായ സന്ന്യാസി ദെക്കാർത്തെയിൽ മുഴുകിയിരിക്കുകയാണ്. അയാൾ കൂടുതൽ സംസാരിച്ചു എങ്കിൽ എന്ന് ഇപ്പോൾ ആഗ്രഹിച്ചു. എന്നാൽ അയാൾ സ്വയം മറന്നിരിക്കുന്നു. എന്നിട്ടും നേരം പോയതറിഞ്ഞില്ല. ചിന്ത നല്കിയ മയക്കത്തിൽ ഓടുന്ന വണ്ടിയിൽ തലചായ്ച്ചിരുന്നു. വണ്ടിയിറങ്ങിയപ്പോൾ വിദേശിയുണ്ടായിരുന്നില്ല. അയാൾ എവിടെ പോയി മറഞ്ഞു? അന്വേഷണത്തിന്റെ കുഴിയിൽ?

നഗരത്തിൽ വരുന്നത് ഇതാദ്യമായിരുന്നില്ല. എങ്കിലും ഇന്നത്തെ പ്രത്യേക സങ്കേതത്തിലേക്കുള്ള വഴിയെപ്പറ്റി നല്ല നിശ്ചയം പോരായിരുന്നു. നിരത്തിന്റെ അരികുചേർന്ന് നടക്കുമ്പോൾ പറഞ്ഞുതന്നിരുന്ന അടയാളങ്ങൾ ഓർമ്മയിൽ നിന്നുരുവിട്ടു. അമ്പലക്കുളം, പൂക്കടകൾ, പൊളിഞ്ഞ മാളികവീട്— ഇനി ഇടത്തേക്കുള്ള പാതയിലല്ലേ തിരിയേണ്ടത്? പ്രധാനവീഥി നേരെ പോകുന്നു. തിരിയേണ്ട പാത ഇടുങ്ങിയതാണ്. സംശയിച്ചു നിന്നു. ആ പാതയിൽ വഴിപോക്കർ അധികമുണ്ടായിരുന്നില്ല. തിരിഞ്ഞുനോക്കാനുള്ള പ്രേരണയ്ക്ക് വഴങ്ങിയില്ല. "ന്താ വഴി തെറ്റ്യോ?"

നടുങ്ങി എന്നുപറഞ്ഞുകൂട. എന്നാലും തിരിഞ്ഞുനോക്കാൻ നിർബ്ബന്ധിതനായി. അവർ രണ്ടുപേരുണ്ടായിരുന്നു. ആരാണ് ചോദിച്ചത്. രണ്ടു മുഖങ്ങളിലും മാറിമാറി നോക്കി. അവർ പരിചയഭാവത്തിൽ മന്ദഹസിക്കുന്നു. മന്ദഹാസം വികസിച്ചു ചിരിയുടെ ഭാവം കണ്ടപ്പോൾ മനസ്സിന്റെ ചിന്താ ശക്തിക്ക് ക്ഷീണം അനുഭവപ്പെട്ടു. എന്നാലും കരുത്തുള്ള അവരുടെ ദേഹപ്രകൃതിയും മുഖങ്ങളിൽ നിഴലിച്ച വിജയഭാവവും മനസ്സിൽ തറച്ചുനിന്നു. അവർ സമീപത്തുവന്ന് നിലയുറപ്പിച്ചത് ഉറ്റ സുഹൃത്തുക്കളുടെ മട്ടിലായിരുന്നു.

നിശ്ശബ്ദമായ നിമിഷങ്ങൾ. ശബ്ദം പുറത്തുവന്നപ്പോൾ അത് മൃദുലവും സ്നേഹം ധ്വനിക്കുന്നതുമായിരുന്നു.

"ഗുഡീവനിങ്"

ഹരി ആ മുഖത്തേക്ക് തുറിച്ചുനോക്കി. ഇരുണ്ടവെളിച്ചത്തിലും നേരിയ വസൂരിക്കല കാണാമായിരുന്നു. ചുണ്ടുകളിൽ സൗഹാർദ്ദം തുളുമ്പി നില്ക്കുന്നു.

"മീശ എടുത്തുകളഞ്ഞു, അല്ലേ?"

രണ്ടാമത്തെയാൾ സ്വന്തം മീശ തടവിക്കൊണ്ട് ചോദിച്ചു.

അയാൾക്ക് ചുരുണ്ട മുടിയുണ്ടായിരുന്നു. ഭംഗിയായി പിന്നോട്ട് ചീകിയ മുടിയിൽനിന്നാവണം വാസലിൻ മണക്കുന്നത്. അയാൾ കൂട്ടുകാരനോട് ചോദിച്ചു:

"മീശയുള്ളതായിരുന്നു ചന്തം, ല്ലേ, ചാക്കോ? " പരുഷമായ ശബ്ദം നായ് കുരയ്ക്കുന്നതുപോലെ.

"പിന്നെ മീശകളഞ്ഞപ്പംതന്നെ ആളാകെമാറിയില്ലേ?"

ചാക്കോ എന്ന് വിളിക്കപ്പെട്ട വസൂരിക്കലക്കാരൻ പറഞ്ഞു.

ഏതോ സ്വകാര്യ തമാശ പങ്കുവയ്ക്കുന്നതുപോലെ അവർ അന്യോന്യം നോക്കി പുഞ്ചിരിച്ചു.

“ദേണ്ടേ നോക്കിക്കേ.” ചുരുണ്ട മുടിക്കാരൻ പാന്റിന്റെ ഹിപ്പ് പോക്കറ്റിൽനിന്ന് വാലറ്റ് വലിച്ചെടുത്തു തുറന്നു. അതിൽനിന്ന് ഫോട്ടോ എടുത്ത് മുഖത്തേക്ക് നീട്ടി. “കണ്ടോ ഇതല്ലായിരുന്നോ കൂടുതൽ ചേർച്ച? സത്യത്തിൽ ശത്രുഘ്ന സിഹ്നയാണെന്ന് തോന്നിപ്പോകും.” അയാൾ ചുണ്ടുകൾ അമർത്തി ചിരിക്കാൻ ശ്രമിക്കുന്നു.

“നെനക്ക് തെറ്റിപ്പോയതാ വിജയാ. ഇത് വേറെ പുള്ളിയാ” ചാക്കോ ഹരിയെ നോക്കി പറഞ്ഞു.

“ഉം” ശരിയായിരിക്കും. വെളിച്ചം പോര. വിജയൻ എന്ന് വിളിക്കപ്പെട്ടയാൾ ഫോട്ടോ പിൻവലിച്ച് കണ്ണുകൾ ചുളിച്ച് സൂക്ഷിച്ചുപഠിച്ചു. സംശയം മുഖത്ത് വരുത്തി. “ന്നാലും ഒരു സംശയം!” അയാളുടെ ഹാസ്യഭാവത്തിൽ ക്രൂരതയുണ്ടായിരുന്നു.

തുടർന്ന നിശ്ശബ്ദതയിൽ സ്വന്തം നെഞ്ചുശബ്ദിക്കുന്നത് കേൾക്കാമെന്ന് തോന്നി. അവർ രണ്ടാളും വിജയത്തിൽ ആഹ്ലാദിക്കുന്നു. എന്തായിരിക്കും അവരുടെ അടുത്ത നീക്കം? ഫോട്ടോ നന്നേ ചെറുപ്പത്തിലെടുത്തതാണ്. ഏതു സന്ദർഭത്തിലെന്നത് ഓർമ്മവരുന്നില്ല. സംഘടനയിൽ ചേരുന്നതിന് മുമ്പുള്ളതാണ്. അവർ തിരക്കുകാണിക്കുന്നില്ല. മിഠായി വായിലിട്ട കൊച്ചുകുട്ടികളെപ്പോലെ രുചി ആസ്വദിക്കാനുള്ള സമയം അവർ മനഃപൂർവ്വം നീട്ടിക്കൊണ്ടു പോകുകയാണ്.

“വരൂ ഞങ്ങൾ വഴി കാട്ടിത്തരാം. ”ചാക്കോയുടെ മൃദുസ്വരത്തിലെ ക്ഷണം.

എതിർക്കാൻ തുനിഞ്ഞില്ല. എന്നാലും ചോദിച്ചുപോയി.

“നിങ്ങളാരാ?”

“വഴികാട്ടികൾ.” പട്ടിയുടെ കുര. അയാൾ ഫോട്ടോ വാലറ്റിൽ നിക്ഷേപിച്ച് പോക്കറ്റിൽ തിരുകി.

“അതു മനസ്സിലായി.”

“എന്നാൽ പോകാം.”

വീണ്ടും ക്ഷണിച്ചു. ആജ്ഞയുടെ സ്വരത്തിൽ.

ചാക്കോയെ സൂക്ഷിച്ചുനോക്കി. വസൂരിക്കല മുഖം വികൃതമാക്കിയിരുന്നില്ല. മറിച്ച് കൺപോളകളിലെ നീണ്ടുവളഞ്ഞ രോമങ്ങളും ഇടചേർന്ന പുരികവും അയാളെ ഏതാണ്ട് സുമുഖനാക്കിയിരുന്നു. ആ മന്ദഹാസത്തിന് ക്രൂരത മറയ്ക്കാനുള്ള കഴിവുണ്ടായിരുന്നു.

ഇരുവർക്കും തന്നോളംതന്നെ പ്രായം കണ്ടേക്കാം. എന്നാലും വെടിപ്പുള്ള അവരുടെ വേഷം കുറേക്കൂടി ചെറുപ്പം സൂചിപ്പിച്ചു. നേരം ഇരുണ്ടുതുടങ്ങിയിരുന്നു. വഴിപോക്കർ തീരെ ഇല്ലെന്നുതന്നെ പറയാം.

രണ്ടുപേരും ഇരുവശങ്ങളിലായി തോളുരുമ്മി ഊടുപാതയിലേക്ക് നീങ്ങിയപ്പോൾ അവരോടൊപ്പം നടക്കാതിരിക്കാൻ കഴിഞ്ഞില്ല. മുഖത്തും

മുതുകിലും വിയർപ്പു പൊടിയുന്നതായി അനുഭവപ്പെട്ടു. കക്ഷം നനഞ്ഞിരുന്നു. തീരെ അപ്രതീക്ഷിതമായിരുന്നതുകൊണ്ട് സമചിത്തത വീണ്ടു കിട്ടിയിരുന്നില്ല. ആ ബലഹീനതയിൽ സ്വയം അരിശം തോന്നി.

"എങ്ങോട്ടാണ്?" തൊണ്ട ഇടറാതെ ശബ്ദം പുറത്തുവന്നപ്പോൾ അല്പം ബലം അനുഭവപ്പെട്ടു.

"എന്തൊരു ചോദ്യമാ, വെറുതെ ഒന്നു നടക്കാൻ" ചാക്കോയാണ് പറഞ്ഞത്.

"ഉഷ്ണിക്കുന്നില്ലേ, അല്പം കാറ്റുകൊണ്ടുകളയാം. " വിജയൻ കൂട്ടിച്ചേർത്തു.

നെറ്റിയിലെ വിയർപ്പ് താഴോട്ടൊഴുകുന്നതായി തോന്നി. അത് തുടയ്ക്കാനായി കൈ പൊന്തിച്ചു. ആ നിമിഷത്തിൽ രണ്ടുകൈകളും പിന്നിലേക്ക് തറയ്ക്കപ്പെട്ടതുപോലെ രോമാവൃതമായ കരങ്ങളിൽ ഞെരിഞ്ഞു. വലതുചെവിടിൽ ചുണ്ടുകൾ മന്ത്രിച്ചു:

"അനങ്ങിപ്പോകരുത്. ആളുകൂടിയാൽ അതോടെ നിന്റെ കഥ കഴിയും!"

മടിക്കുത്തിൽ കൈകൾ തെരയുന്നു. നൊടിയിടകൊണ്ട് എല്ലാം കഴിഞ്ഞു.

"വിടട്ടെ" ചാക്കോ.

"ഉം," വിജയൻ.

വീണ്ടും മൂന്നുപേരും ഒരു വരിയായി. സൗമ്യതയുള്ള ശബ്ദം:

"നടന്നോളൂ. നമ്മളുമൂന്നാളും ചങ്ങാതിമാരാണ്. സായാഹ്നസവാരി" വിജയൻ ഉപദേശിച്ചു.

നടത്തയിൽ കാലുകൾ പതറാതെ ശ്രദ്ധിച്ചു. തെരുവ് വിളക്കു സമീപിച്ചപ്പോൾ വിജയൻ തോലുറയിൽനിന്ന് നീണ്ട കഠാര ഊരിയെടുത്തു.

"മോശമില്ലടേ!"

"കാണട്ടെ."

വിജയൻ പിന്നിൽക്കൂടെ ചാക്കോയെ ഏല്പിച്ചു.

"ഉം. അസ്സൽ ഉരുപ്പടി. ചീനയിൽനിന്നിറക്കുമതിയായിരിക്കും."

"മൂർച്ച എങ്ങനെ?"

"പരീക്ഷിക്കണോ?"

"പിന്നെയാകാം. "

ചാക്കോ വിരലുകൾ ചേർത്തു കത്തിയിൽ മൃദുവായി അമർത്തി.

"ഗുഡ് പെൻസിലു വെട്ടാനുള്ളതായിരിക്കും."

"അതെ, വിപ്ലവഗാനങ്ങളെഴുതുമ്പോൾ മുന ഷാർപ്പായിരിക്കണം. എന്നാലേ വീര്യം കിട്ടുകയുള്ളൂ."

വിജയൻ കത്തി തിരികെ വാങ്ങി ഉറയിലിട്ടു.

"ചുമപ്പ് ബൈബിളിൽ പറഞ്ഞിട്ടുള്ളത് വിപ്ലവം തോക്കിൻകുഴലിൽക്കൂടി എന്നല്ലേ?"

ചാക്കോയ്ക്കു സംശയം.

"കറക്ട്." വിജയൻ പറഞ്ഞു. "അത് ഒളിപ്പോരുകളത്തിൽ ശത്രുവിനെ നേരിടുമ്പോൾ. ഇത് ആത്മരക്ഷയ്ക്ക്, ഒറ്റയ്ക്ക് സഞ്ചരിക്കുമ്പോൾ."

ആരാണെന്നറിയില്ല മുതുകിൽ കൈവച്ചു മുമ്പോട്ടുതള്ളിയത്. വീഴുന്നതിന് മുമ്പ് ഷർട്ടിൽ പിടിച്ചുനിർത്തി. വീണ്ടും ചെവിയിൽ മന്ത്രിച്ചു.

"ഗുരുവല്ലേ, അല്പം മുമ്പേ നടന്നോളൂ."

ഇപ്പോൾ ഇരുവരും പിന്നിലാണ്.

"ഓട്ടപ്പന്തയത്തിനു തുനിയണ്ട, കേട്ടോ?"

നടപ്പാത അവസാനിച്ചപ്പോൾ സംശയിച്ചുനിന്നു. മുമ്പിൽ വീതികൂടിയ നിരത്താണ്.

"സംശയിക്കേണ്ട ഇടത്തോട്ട് തിരിഞ്ഞുനടന്നോളൂ."

"ഇടതല്ലേ നമ്മുടെ പാത!"

"സങ്കേതത്തിൽ ഗുരുവിനെക്കാത്ത് ശിഷ്യന്മാർ അക്ഷമരായിരിക്കുന്നുണ്ടാവും."

പൊട്ടിച്ചിരി.

കാലുകൾ പതറാതെ നടന്നു. പിന്നിൽ ഇരുവരും രഹസ്യം പറയുന്നു. എന്തായിരിക്കും അടുത്ത ചടങ്ങ്?

ആദ്യം പിടിക്കപ്പെട്ട അനുഭവം ഓർത്തു. അന്ന് തനിച്ചായിരുന്നില്ല. എന്നാൽ പിന്നീട് അടച്ച മുറിയിലെ സിമന്റുതറയിൽ നിർത്തിയുള്ള കൂടിക്കാഴ്ച ഒറ്റയ്ക്കായിരുന്നു. അന്നത്തെ പരുക്കുകൾ ഇന്ന് പുറത്തുകാണുകയില്ല. കൂടിക്കാഴ്ചയ്ക്കുശേഷം ഓർമ്മവന്നത് ചോരമണത്തുകൊണ്ടായിരുന്നു—ഓടുപാകിയ ഇടുങ്ങിയ അറയ്ക്കുള്ളിൽ ഒറ്റയ്ക്ക്. നീണ്ട ഏകാന്തവാസവും ഇടയ്ക്കുള്ള കൂടിക്കാഴ്ചകളും തുടർന്നു. അന്ന് കൂടെ പിടിക്കപ്പെട്ടവരിൽ ചിലർ ഇന്ന് പുതിയ കുപ്പായമണിഞ്ഞ് റാണിയുടെ കിരീടവും ചെങ്കോലും മിനുക്കി മോടിപിടിപ്പിക്കുന്നു.

തോളിൽ ബലമായി കൈകൾ പതിഞ്ഞപ്പോൾ നിന്നു. നേരെ മുമ്പിൽ ജീപ്പ് കിടപ്പുണ്ടായിരുന്നു. തോളിൽനിന്ന് കൈവലിക്കാതെ ആജ്ഞാപിച്ചു.

"ഉം കയറിക്കൊള്ളൂ. സങ്കേതത്തിൽ വേഗമെത്താം. നടന്നുക്ഷീണിക്കണ്ട."

തുറന്ന പിൻവശത്തുകൂടി കാലുയർത്തിവച്ചു കടന്നു. രണ്ടുപേരും ഇരുവശത്തായി ഇരുപ്പുറപ്പിച്ചു.

"ഒരു ബീഡി വലിക്കുന്നതിൽ വിരോധമുണ്ടോ?" ഹരി ചോദിച്ചു.

"ഹേയ് എന്തിനു ബീഡി. ഇതാ സിഗരറ്റ് കൊളുത്തിക്കൊടുക്കൂ, ചാക്കോ."

മുമ്പിൽ ഡ്രൈവറോടൊപ്പം വേറൊരാൾകൂടി ഉണ്ടായിരുന്നു. അയാൾ തിരിഞ്ഞുനോക്കിയില്ല. എഞ്ചിൻ ശബ്ദിച്ചു. ഹെഡ്‌ലൈറ്റ് പ്രകാശിച്ചു. കറുത്തുനീണ്ട ശൂന്യത മുന്നിൽ തെളിഞ്ഞു. ഡ്രൈവറോടൊപ്പമിരുന്നിരുന്ന മനുഷ്യൻ ഇറങ്ങി.

"എന്നാൽ ഞാനിറങ്ങട്ടെ."

“ശരി, താങ്ക്സ്. പിന്നെക്കാണാം.” ചാക്കോയുടെ ശബ്ദം എഞ്ചിന്റെ അലർച്ചയ്ക്കു മുകളിൽ കേൾക്കാമായിരുന്നു.

ഇറങ്ങിയ മനുഷ്യനെക്കടന്നു ജീപ്പു നീങ്ങിയപ്പോഴും അയാളെ നോക്കാൻ മിനക്കെട്ടില്ല. ഒറ്റുകാരന്റെ മുഖം ഇരുട്ടിലും വ്യക്തമായി കാണാമായിരുന്നു—നോക്കാതെതന്നെ.

ജാരസന്തതി

എം കെ ഗംഗാധരൻ

ഞാൻ ജനിച്ചതോടെയാണ് കുഞ്ഞുണ്ണി അമ്മാവന്റെ ശുക്രദശ തെളിഞ്ഞത്. എതിർപ്പും കലഹങ്ങളും മാറ്റിവെച്ച് അദ്ദേഹം നാടുവാഴിയുടെ വിശ്വസ്തനായി. അതോടെ സാമന്തസ്ഥാനം ലഭിച്ചു. ഒരു ദേശത്തിന്റെ മുഴുവൻ ജന്മിത്തമുള്ള ഒരു വലിയ തറവാട്ടിന്റെ മുഖ്യകാരണവർ സ്ഥാനത്തേക്ക് നാടുവാഴി അദ്ദേഹത്തെ അവരോധിച്ചു.

എന്റെ രക്ഷാധികാരി ആയതുകൊണ്ടാണ് അദ്ദേഹത്തിന് ഈ ഭാഗ്യമെല്ലാം ഉണ്ടായത്. എന്റെ ജനനത്തോടെ തറവാട്ടിൽ കലഹം മൂത്തു. കലഹമുണ്ടാക്കിച്ചതും നാടുവാഴിതന്നെ. അദ്ദേഹത്തെ എതിർക്കുന്ന ഒരു വിഭാഗം അവിടെയുണ്ടായിരുന്നു. സ്വന്തം ശക്തിയുപയോഗിച്ച് അവരെ അകറ്റിയിട്ടാണ് അദ്ദേഹം കുഞ്ഞുണ്ണി അമ്മാവനെ കാരണവരാക്കിയത്. ഞാൻ നാടുവാഴിയുടെ ജാരസന്തതിയാണെന്ന് എന്റെ എതിരാളികൾ പറയുന്നു. ആണെങ്കിൽത്തന്നെ അതിൽ ലജ്ജിക്കാനെന്തിരിക്കുന്നു. വല്ല പിച്ചക്കാരന്റെയും മകനായിരിക്കുന്നതിനെക്കാൾ എത്രയോ അഭിമാനകരമായ കാര്യമാണ് കുലീനനും പ്രബലനുമായ ഒരു നാടുവാഴിയുടെ മകനായിരിക്കുക?

എല്ലാ സൗഭാഗ്യങ്ങളുമുണ്ടെങ്കിലും എനിക്ക് നല്ല ആരോഗ്യമില്ല. നാളുചെല്ലുന്തോറും ഞാൻ മെലിഞ്ഞു മെലിഞ്ഞു വരുന്നു. എന്റെ രക്തനിറം പോലും പോയി. ഞാൻ വിളറിവെളുത്തു. മുലപ്പാല് ലഭിക്കാതെ വളർന്നതുകൊണ്ടാവാം. എന്റെ മുഖം കണ്ടപ്പോൾത്തന്നെ അവർ മരണമടഞ്ഞു. അവർ എന്നെ ഞെക്കിക്കൊല്ലാൻ ശ്രമിച്ചെന്നും അതറിഞ്ഞ് അമ്മാവൻ നാടുവാഴിയുടെ സഹായത്തോടെ അവരെ തടവിലിട്ട് കൊല്ലിച്ചതാണെന്നും പറയുന്നു.

എന്തായാലും അവർക്ക് എന്നോട് സ്നേഹമില്ലായിരുന്നു. സ്നേഹ

മെല്ലാം ആദ്യവേളിയിലുണ്ടായ ഒരു അസുരവിത്തിനോടായിരുന്നു. തനി ചുവപ്പൻ. അവൻ വളർന്നാൽ നാടുവാഴിക്ക് ദ്രോഹമായിത്തീരുമെന്ന് ഏതോ ദിവ്യൻ മുന്നറിയിപ്പ് നല്കിയിരുന്നത്രെ. വർഷങ്ങളോളം ശ്രമിച്ചിട്ടും അവനെ വകവരുത്താൻ കഴിയാതെ വന്നപ്പോൾ നാടുവാഴി നിരാശനായി. വിദഗ്ദ്ധരായ ജോത്സ്യന്മാരെ വരുത്തി പ്രശ്നം വെപ്പിച്ചു. കുറെ കറുത്ത ഭൂതങ്ങളാണ് അവനെ സംരക്ഷിക്കുന്നതെന്നും അവൻ അവരുടെ ഉപാസകനാണെന്നും തെളിഞ്ഞു. പരിഹാരം ഒന്നുമാത്രം. പടിഞ്ഞാറൻ നാട്ടിലെ ശക്തരായ ദൈവങ്ങൾക്ക് നേർച്ചകൾ നടത്തിയശേഷം അവന് ജന്മം നല്കിയ സ്ത്രീയിൽ നാടുവഴിതന്നെ ഒരു പുത്രനെ ജനിപ്പിച്ചാൽ ഉദ്ദിഷ്ടകാര്യങ്ങൾ സാദ്ധ്യമാവും. അങ്ങനെ ജനിച്ചവനാണത്രെ ഞാൻ. ഏതോ വശീകരണമന്ത്രമുപയോഗിച്ച് എന്റെ മാതാവിനെ കുടുക്കിയതാണെന്നും ഞാൻ ജനിച്ചതിനുശേഷം അവരുടെ ആദ്യപുത്രനെ കൊന്നുകുഴിച്ചുമൂടിയെന്നും വിരോധികൾ പറയുന്നു. അതിന് കൂട്ടുനിന്നതിനാണത്രെ കുഞ്ഞുണ്ണി അമ്മാവനെ നാടുവാഴി തറവാട്ടുകാരണവരാക്കിയത്.

ഏതായാലും ഒരുകാര്യം എനിക്കറിയാം. എനിക്ക് ബന്ധുക്കളുള്ളതുപോലെതന്നെ ധാരാളം ശത്രുക്കളുമുണ്ട്. എന്റെ മാതാവുപോലും എന്റെ ശത്രുവായിരുന്നല്ലോ.

എന്നെ ചുറ്റിപ്പറ്റിയുള്ള അപവാദങ്ങൾ കേൾക്കുമ്പോൾ എന്റെ ചെവി അടഞ്ഞുപോകുന്നു. അവരുടെ നാവടക്കാനും ജനസമ്മതിയാർജ്ജിക്കാനും ഏതവസരവും ഞാനുപയോഗിക്കും. ഏതു വേഷം കെട്ടാനും ഒരുക്കമാണ്. പക്ഷേ, അവസരങ്ങൾ വേണ്ടേ?

എന്റെ പഴയ നാലുകെട്ടിനുള്ളിൽ ഇരുന്ന് ഞാൻ പലതും സ്വപ്നം കണ്ടു. എന്റെ ഏതാഗ്രഹവും സാധിച്ചുതരാൻ കുഞ്ഞുണ്ണി അമ്മാവൻ എപ്പോഴും തയ്യാറാണ്. അദ്ദേഹത്തിനറിയാം ഒരു ദിവസം ഞാനില്ലാതെ വന്നാൽ നാടുവാഴി സഹായം പിൻവലിക്കുകയും അദ്ദേഹത്തിന് മുഖ്യസ്ഥാനം പോവുകയും ചെയ്യുമെന്ന്. എന്റെ ആരോഗ്യത്തിൽ അദ്ദേഹത്തിന് ഉൽക്കണ്ഠയുണ്ട്. ബന്ധുവായ ഒരു വിദേശ നാടുവാഴി പ്രത്യേകം തയ്യാർചെയ്യിച്ചു കൊടുത്തയയ്ക്കുന്ന മരുന്നുകൾ കഴിച്ചിട്ടും അച്ഛടിച്ചു തരുന്ന ആരോഗ്യമന്ത്രങ്ങൾ ഉരുവിട്ടിട്ടും ഞാൻ നന്നാവുന്നില്ല. അതുകൊണ്ടായിരിക്കാം അദ്ദേഹം പലപ്പോഴും വിഷാദമൂകനായി കാണുന്നത്.

കുളിരുള്ള ഒരു പ്രഭാതം. അല്പം വെയിൽ കായാൻ വേണ്ടി ഞാനെന്റെ വീടിന്റെ മട്ടുപ്പാവിൽ കയറി നിന്നു. അല്പനേരം പ്രകൃതി സൗന്ദര്യം ആസ്വദിച്ചു. അകലെ വയലേലകൾക്കപ്പുറത്ത് നാടുവാഴിയുടെ കോട്ടയും കൊട്ടാരവും കാണാം. എത്ര വലിയ കോട്ട! എത്ര വലിയ കൊട്ടാരം! ചുറ്റുമുള്ള നിരത്തുകളിലൂടെ എറുമ്പിൻകൂട്ടങ്ങൾപോലെ നടന്നുനീങ്ങുന്ന കൊച്ചുമനുഷ്യരെ നോക്കി. പട്ടിണിക്കോലങ്ങൾ. ഒച്ചയില്ല അനക്കമില്ല. അവരുടെ നാവുകൾപോലും ബന്ധിച്ചിട്ടിരിക്കുകയാണെന്ന് തോന്നി. കൊലയറകളുള്ള കൊട്ടാരത്തിന്റെ നേരെ നോക്കു

മ്പോൾ അവരുടെ തല താനേ താണുപോകുന്നു. അവരുടെ ഓരോ നീക്കവും ശ്രദ്ധിച്ചുകൊണ്ട് കോട്ടവാതിലിൽ ആയുധധാരികളായി ഭടന്മാർ കാവൽനില്ക്കുന്നു.

എത്ര ശക്തനായ നാടുവാഴി. അദ്ദേഹമുള്ളപ്പോൾ ഞാനെന്തിനെന്റെ ആഗ്രഹങ്ങൾ ഒളിച്ചുവയ്ക്കണം?

അപ്പോഴാണ് കുഞ്ഞുണ്ണി അമ്മാവന്റെ ദൂതൻ എന്നെ അന്വേഷിച്ചു വന്നത്. ഉടൻ ഒരുങ്ങിപ്പുറപ്പെടുക. അകലെ ഒരു പ്രഭുവിന്റെ ഷഷ്ടി പൂർത്തിയാണ്, പോകാൻ കുതിരവണ്ടി തയ്യാറായി നില്ക്കുന്നു.

ഞങ്ങൾ പോയി. വളരെ ദൂരെവെച്ചേ വാദ്യമേളങ്ങൾ കേട്ടു. നാടുമുഴുവനും മൂന്നുനിറമുള്ള കൊടികൾകൊണ്ട് അലങ്കരിച്ചിരിക്കുന്നു. എല്ലായിടത്തും പ്രഭുവിന്റെ ചിത്രങ്ങളേ കാണാനുള്ളൂ. അദ്ദേഹത്തിന്റെ മഹത്വങ്ങളേ കേൾക്കാനുള്ളൂ. എത്ര ഗംഭീരം!

പരിപാടിയെല്ലാം കണ്ടുമടങ്ങിയപ്പോൾ എന്റെ മനസ്സിൽ ഒരാഗ്രഹമുദിച്ചു. എനിക്കും അതുപോലെ പ്രശസ്തനാകണം. എന്റെ ഷഷ്ടി പൂർത്തിയും ഒന്നാഘോഷിക്കണം.

ഞാൻ കുഞ്ഞുണ്ണി അമ്മാവനെ എന്റെ ആഗ്രഹം അറിയിച്ചു. അദ്ദേഹത്തിനും അതൊരു നല്ല കാര്യമായിത്തോന്നി. അദ്ദേഹം പറഞ്ഞു:

"നമ്മുടെ എതിർശാഖക്കാർ തറവാടു പിടിച്ചെടുക്കാനുള്ള ശ്രമത്തിലാണ്. നമുക്കെതിരായി ലഹളകൂട്ടാൻ അവർ കുടിയാന്മാരെയും കൂലിവേലക്കാരെയും പ്രേരിപ്പിച്ചുകൊണ്ടിരിക്കുന്നു. കൂലി കൂടുതൽ വേണമെന്നും പാട്ടവും പുറപ്പാടുമൊന്നും തരികയില്ലെന്നും മറ്റുമാണ്. നാടുവാഴിയുടെ സഹായം കൊണ്ട് തല്ക്കാലം അവനെയെല്ലാം അടിച്ചമർത്തി വെച്ചിരിക്കയാണ്. ഇപ്പോൾ ഒന്നിന്റെയും നാവു പൊങ്ങുന്നില്ല. എന്നാലും....."

അദ്ദേഹം ചിന്താധീനനായി.

"നാടുവാഴിയുടെ ശക്തികൊണ്ടാണ് നാം ഭരിക്കുന്നതെന്നു പറയുന്നത് നമുക്കൊരു മോശമാണ്. നമ്മുടെ ശക്തി പ്രദർശിപ്പിക്കാൻ ഒരവസരമാണിത്. പിന്നെ നിന്റെ ആരോഗ്യവും മോശമാണ്. നമ്മുടെ ഭാഗ്യം എത്രനാൾ നിലനില്ക്കുമെന്നും അറിഞ്ഞുകൂടാ. അപ്പോൾ ഈ നല്ല കാലത്തുതന്നെ നിന്റെ ഷഷ്ടിപൂർത്തിയുംകൂടി ആഘോഷിച്ചുകളയുകയാണ് ബുദ്ധി. പിന്നെ അത് സാദ്ധ്യമായില്ലെങ്കിലോ...?"

അങ്ങനെ എന്റെ ഷഷ്ടിപൂർത്തിയുടെ ഒരുക്കങ്ങൾ ആരംഭിച്ചു. നാടുമുഴുവനും എന്റെ മഹത്വങ്ങൾ പെരുമ്പറകൊട്ടി അറിയിച്ചു. എതിർശാഖക്കാരാരും ചെണ്ടയോ കുഴലോ ഉപയോഗിച്ചുപോകരുതെന്ന് നാടുവാഴിയെക്കൊണ്ട് ഒരു നിരോധന ഉത്തരവും പുറപ്പെടുവിച്ചു. എല്ലാ നിരത്തുകളിലും എന്റെ വീരകൃത്യങ്ങൾ മാത്രമേ കേൾക്കാവൂ. ഇല്ലാത്ത വീരകൃത്യങ്ങളെല്ലാം ഞങ്ങളുടെ ഉപ്പും ചോറും തിന്നുന്ന കവികൾ ധാരാളം പടച്ചുവിട്ടിരുന്നു(നന്ദിയുള്ളവർ). കുടിയാന്മാരുടെയും കൂലിവേലക്കാരുടെയും ബന്ധുവാണ് ഞാനെന്നും അവർക്കു സ്വർഗ്ഗരാജ്യം കിട്ടാൻ

വേണ്ടി ഞാൻ നിത്യവും പ്രാർത്ഥിക്കാറുണ്ടെന്നും കൂടി അവർ തട്ടിവിട്ടു.

അപ്പോഴാണ് എതിർശാഖക്കാർ ഒരു രഹസ്യപ്രചരണം നടത്തിയത്. എനിക്ക് വയസ്സ് അറുപതായിട്ടില്ല!

സംഗതി വാസ്തവമാണ്. അറുപത് പോയിട്ട് അതിന്റെ പകുതി പോലും വയസ്സില്ല എനിക്ക്!

ബുദ്ധിമാനായ കുഞ്ഞുണ്ണി അമ്മാവൻ അതിനും ഒരു വഴി കണ്ടുപിടിച്ചു. അദ്ദേഹം ഒരു ജോത്സ്യനെ ആളയച്ചുവരുത്തി. ജോത്സ്യൻ മഹാസമർത്ഥനാണ്. മൂന്നിടങ്ങഴി നെല്ലും ഒരു കോടി മുണ്ടും അധികം കൊടുത്താൽ ആരുടെ ജാതകവും എങ്ങനെയും മാറ്റിയെഴുതും.

അമ്മാവൻ ഒരു പഴയ താളിയോലക്കെട്ട് ജോത്സ്യനെ ഏല്പിച്ചു. എന്റെ അമ്മയ്ക്ക് ആദ്യവേളിയിലുണ്ടായ അസുരവിത്തിന്റെ ജാതകമായിരുന്നു അത് അമ്മാവൻ (നാടുവാഴിയുടെ നിർദ്ദേശ പ്രകാരം) കരുതിക്കൂട്ടി ആ മനുഷ്യന്റെ പേരുതന്നെയാണ് എനിക്കിട്ടത്. പുറത്തുപോകുമ്പോഴെല്ലാം അയാളുടെ ചുവന്ന വസ്ത്രങ്ങളും തലേക്കെട്ടുമാണ് എന്നെ അണിയിക്കാറ്. അയാൾ തന്നെയാണ് ഞാനെന്ന് പുറത്തുള്ളവരെ തെറ്റിദ്ധിരിപ്പിക്കാനുള്ള ഒരു സൂത്രമാണെത്രെ അത്.

ജോത്സ്യൻ അയാളുടെ ജാതകവും എന്റെ ജാതകവും കൂടി ഒന്നാക്കി. അയാളുടെ മരിക്കുമ്പോഴുള്ള വയസ്സിനോടൊപ്പം എന്റെ വയസ്സും കൂടി കൂട്ടി.

അപ്പോൾ അമ്പതായി.

അമ്പതാം വയസ്സിലെങ്ങനെ ഷഷ്ടിപൂർത്തി ആഘോഷിക്കും. അതിനും ജോത്സ്യൻ വഴി കണ്ടുപിടിച്ചു.

മാസങ്ങൾ എന്നുപറഞ്ഞാൽ ചന്ദ്രമാസങ്ങളാണ് കണക്കാക്കേണ്ടത്. ഇരുപത്തെട്ട് ദിവസങ്ങളുള്ള മാസങ്ങൾ അനുസരിച്ച് വർഷങ്ങൾ എണ്ണുക... അങ്ങനെ പല ചെപ്പടിവിദ്യകൾ കാണിച്ച് ജോത്സ്യൻ എനിക്ക് അറുപത് വയസ്സാക്കി.

ജോത്സ്യൻ തയ്യാറാക്കിയ പ്രബന്ധത്തിന് അവാർഡ് നല്കാൻ കുഞ്ഞുണ്ണി അമ്മാവൻ നാടുവാഴിയോട് ശിപാർശ ചെയ്തു. അതിന്റെ ധാരാളം പകർപ്പുകളുണ്ടാക്കി നാട്ടുകാർക്ക് വായിച്ചു പഠിക്കാൻ സൗജന്യമായി വിതരണം ചെയ്യാൻ മറന്നില്ല. എതിരാളികളെ തുറുങ്കിലടയ്ക്കാനും അവരുടെ ജിഹ്വകൾ മരവിപ്പിക്കാനും നാടുവഴി മുതിർന്നപ്പോൾ എന്റെ ആൾക്കാർക്ക് ഉത്സാഹം വർദ്ധിച്ചു. അവർ നാടുമുഴുവനും എന്റെ ചിത്രങ്ങൾ തൂക്കി. എന്റെ ഇഷ്ട ബന്ധുവായ വിദേശനാടുവാഴി വിദഗ്ദ്ധരായ ചിത്രകാരന്മാരെക്കൊണ്ട് പ്രത്യേകം വരപ്പിച്ചയച്ച ചിത്രങ്ങൾ! അടിയിൽ ഇത്രയുംകൂടി ആലേഖനം ചെയ്തിരുന്നു:

'കുടിയാന്മാരുടെയും കൂലിവേലക്കാരുടെയും ബന്ധു.'

വാസ്തവത്തിൽ മരിച്ചുപോയെന്ന് പറയുന്ന എന്റെ അർദ്ധ സഹോദരന്റെ ചിത്രങ്ങളായിരുന്നു അവയെല്ലാം. ജോത്സ്യൻ ഗണിച്ചെടുത്തതു പ്രകാരമുള്ള എന്റെ ജന്മദിവസം ഒരു വലിയ ഘോഷയാത്ര നടത്തണ

മെന്നും നിശ്ചയിച്ചു. അതിനുവേണ്ട ആളുകളെ കൊണ്ടുവരാൻ കരാറുകാരെ ഏല്പിച്ചു. ആളൊന്നുക്ക് പത്തുപണം കൂലിയും ഘോഷയാത്രയിൽ പാടേണ്ട ഭരണിപ്പാട്ടും പൂരപ്പാട്ടും (എതിരാളികളെ ഉദ്ദേശിച്ച്)മനപ്പാഠമാക്കുന്നതിന് രണ്ടുപണം അധികവും നല്കാമെന്നേറ്റു. തറവാടിന്റെ വരുമാനത്തിൽനിന്നുതന്നെ എല്ലാ ചെലവുകളും ചെയ്തുകൊള്ളാൻ കുഞ്ഞുണ്ണി അമ്മാവൻ അനുവദിച്ചു. അടുത്തുള്ള മദ്യഷാപ്പുകളിൽനിന്നെല്ലാം സൗജന്യമായി ഇഷ്ടംപോലെ ആവേശം സംഭരിച്ചുകൊള്ളാനും അനുമതി നല്കി.

എന്റെ അർദ്ധസഹോദരനാണ് ഞാനെന്ന് തോന്നത്തക്കവണ്ണം എന്നെ വേഷം കെട്ടിച്ചു. എന്റെ സംരക്ഷണത്തിനുവേണ്ട നടപടികളെല്ലാം നാടുവാഴി കനിഞ്ഞുനല്കിയിരുന്നു. ഞാൻ മുമ്പിൽ നടന്നു.

ഘോഷയാത്ര ഗംഭീരമായിരുന്നു. ജയഭേരികൾകൊണ്ട് വീഥികൾ കിടിലംകൊണ്ടു. ഭരണിപ്പാട്ടിന്റെ ഈരടികൾകേട്ട് എതിരാളികൾ മുഖം പൊത്തി. ആവേശാധിക്യം കൊണ്ട് വഴിയിൽ വീണുപോയവരെയും ഉടുവസ്ത്രങ്ങൾ ഇല്ലാത്തവരെയും കൈവണ്ടികളിലും കാളവണ്ടികളിലും മാറ്റിക്കൊണ്ടിരുന്നു. ഇരുഭാഗത്തും ചെവിപൊത്തി ഒച്ചയടക്കിനില്ക്കുന്നവരുടെ മുമ്പിൽക്കൂടി വിജയശ്രീലാളിതനായി ഞാൻ നടന്നുപോയി.

ആൾക്കൂട്ടത്തിനിടയിൽനിന്ന് പെട്ടന്ന് ഒരപരിചിതൻ ചാടിവന്ന് എന്നെ പിടിച്ചുനിർത്തി. ആ മുഖം കണ്ടപ്പോൾ ഞാൻ അറിയാതെ ഞെട്ടി.

മരിച്ചുപോയെന്ന് കരുതിയിരുന്ന എന്റെ അർദ്ധസഹോദരൻ!

“എന്റെ പേരും രൂപവും മോഷ്ടിച്ചെടുത്ത് മനുഷ്യരെ പറ്റിച്ച് നടക്കുന്ന ദ്രോഹി, ഞാൻ ചത്തിട്ടില്ലെടാ. നോക്കൂ, ഈ കൂലിവേലക്കാരുടെയിടയിൽ ഞാൻ ഇന്നും ജീവിച്ചിരിക്കുന്നു. ഷഷ്ടിപൂർത്തിയുണ്ടാക്കി വൃദ്ധനാക്കി, ആരും എന്നെ കൊല്ലാനും നോക്കണ്ട. ഞാനിനിയും വളർന്നുകൊണ്ടിരിക്കും. എനിക്ക് മരണമില്ല.”

അയാൾ അലറി. ഞാൻ ഭയന്നുവിറച്ചുനില്ക്കുമ്പോൾ എന്റെ സംരക്ഷകന്മാർ ആയുധങ്ങളുമായി ഓടിയെത്തി. പക്ഷേ അതിനുമുമ്പുതന്നെ അയാൾ ആൾക്കൂട്ടത്തിൽ മറഞ്ഞുകഴിഞ്ഞിരുന്നു!

ഐതിഹ്യം റദ്ദാക്കലും ചരിത്രം സൃഷ്ടിക്കലും

പെരുമ്പടവം ശ്രീധരൻ

യുഗങ്ങളായി കടൽ ഒരു ചാവുകടൽപോലെ കിടന്നു. അടിയിൽ അതിശൈത്യത്തിന്റെ നീല ഒഴുക്കുകൾ. അതിശൈത്യത്തിന്റെ നീല ഒഴുക്കുകൾക്കുള്ളിൽ ഉഷ്ണപ്രവാഹത്തിന്റെ നീലവൈദ്യുതികൾ. കടൽ ഒരു ചാവുകടൽപോലെ കിടന്നു. ഇടയ്ക്കിടയ്ക്ക് കടലിന്റെ കടുംനീലയെ കലക്കിക്കൊണ്ട് കപ്പലുകൾ കടന്നുപോകാറുണ്ടായിരുന്നു. കപ്പലുകളെ മറിക്കാൻ കപ്പൽച്ചാലുകൾക്കിടയിൽ തിമിംഗലങ്ങൾ ഒളിച്ചുപാർത്തിരുന്നു. അതും പണ്ടത്തെ കഥയാണ്. കപ്പലുകളെ മറിക്കാൻ ഞങ്ങൾക്കേ കഴിയൂ എന്നു തിമിംഗലങ്ങൾ വമ്പുപറയാറുണ്ടായിരുന്നു. കപ്പലുകൾക്ക് അത് അംഗീകരിക്കുകയും ചെയ്തു. അതുകൊണ്ട് കപ്പലുകൾ ചെറുമത്സ്യങ്ങളോട് പുച്ഛമായിരുന്നു. നിങ്ങൾ വിചാരിച്ചാൽ എന്തുചെയ്യാൻ സാധിക്കും? ചെറുമത്സ്യങ്ങളും ചെറിയ ജലജീവികളും കേൾക്കെ കപ്പൽച്ചാൽ കടന്നുവന്ന പുതിയ കപ്പൽ ഒരു പഴയപാട്ടുപാടി.

"എലികളൊരായിരമുണ്ടെന്നാലൊരു
പുലിയൊടു കലഹിക്കാനെളുതാമോ?"

ആ പാട്ട് കടലിലെ ചെമ്മീനുകളുടെ കാതിൽ പതിച്ചു. അവർ ഒന്നിച്ചുകൂടി. ഈ നിന്ദയും പരിഹാസവും അടിമത്തവും ഇനി സഹിക്കാൻ നിവൃത്തിയില്ല. പിന്നത്തെ സംഭവം ഇതാണ്: ചെമ്മീനുകളായ ചെമ്മീനുകൾ മുഴുവൻ ഒന്നിച്ചു ചേർന്ന് ഒരു ദിവസം കപ്പൽ മറിച്ചു. ആ സംഭവം അതുവരെയുള്ള ഐതിഹ്യത്തെ റദ്ദാക്കുകയും പുതിയ ഒരു ചരിത്രത്തിന് ആരംഭമിടുകയും ചാവുകടലിനെ ചെങ്കടലാക്കിത്തീർക്കുകയും ചെയ്തു.

വീണ്ടും കലങ്ങിയ കായൽ

നാരായണൻ ചെമ്മലശ്ശേരി

ഇന്നും തുലാം പത്തിന് ഞങ്ങളുടെ കായലിലെ വെള്ളം കലങ്ങി ച്ചുവക്കും. അന്ന് വെള്ളത്തിന് ഉപ്പുരസമുണ്ടാവും. ഞങ്ങളാരും അന്ന് കായലിൽ കുളിക്കില്ല; കായലിലെ വെള്ളം കുടിക്കില്ല. അന്ന് കായലിൽ നിന്ന് മത്സ്യം പിടിക്കുകയില്ല.

ആ കായലിൽ നിന്നാണ് ഇരുപത്തിയൊമ്പതര കൊല്ലം മുമ്പ് ഞാൻ നിങ്ങളെ വലിച്ചുകയറ്റിയത്. നിങ്ങൾക്ക് ബോധമുണ്ടായിരുന്നില്ല. വെള്ളം കുടിച്ച് വയർ വീർത്തിരുന്നു. പാഴ്‌വള്ളിപ്പടർപ്പുകളിൽ ചുറ്റിപ്പിണഞ്ഞ് അര വരെ വെള്ളത്തിലും ബാക്കി ഭാഗം കരയിലെ മണലിലും കിടന്നിരുന്നു. ഇടത്തെ കൈത്തണ്ടയിൽ നിന്ന് ഒലിച്ചിറങ്ങിയ ചോര കട്ടപിടിച്ച് മണൽ കറുത്തിരുണ്ടിരുന്നു. ചോണനെറുമ്പുകൾ ആർത്തിയോടെ നിങ്ങളുടെ ദേഹത്തിലൂടെ ഓടിനടന്നു. ഈച്ചകൾ ചോരയുടെ ഉപ്പുരസം നുണഞ്ഞു കൊണ്ട് നിങ്ങളെ വട്ടമിട്ട് പറ്റിനടന്നു.

അന്ന് തുലാം പന്ത്രണ്ടായിരുന്നു! കായലിന് ചുറ്റും ഇത്തരം പല രംഗങ്ങളും കണ്ടുകണ്ടു മനം മരവിച്ച ഞാൻ ഞടുങ്ങിയില്ല. മനം മരവി ച്ചിരുന്നെങ്കിലും മനുഷ്യത്വം മരവിച്ചിരുന്നില്ല.

നിങ്ങളെ വെള്ളത്തിൽ നിന്ന് വലിച്ചുകയറ്റി. അന്ന് എന്നെ സഹാ യിച്ചതാരെന്ന് ഓർമ്മയുണ്ടോ?

കുമാരൻ!

നിങ്ങൾ ആ സംഭവം പില്ക്കാലത്ത് പല സഖാക്കളോടും വിശദ മായി പറയുന്നത് ഞാൻ കേട്ടിട്ടുണ്ട്. അന്നൊക്കെ നിങ്ങൾ ഓർക്കാറു ണ്ടായിരുന്ന ആ കഥകൾ നിങ്ങൾ ഇന്ന് ഓർക്കുന്നുണ്ടോ?

നിങ്ങളെ, ഞാൻ നിങ്ങൾ എന്ന് വിളിക്കുന്നതിൽ വിഷമം തോന്നു ന്നുണ്ടോ! "സഖാവേ" എന്ന് വിളിക്കാൻ എനിക്കും ആ വിളികേൾക്കാൻ

നിങ്ങൾക്കും സാദ്ധ്യമാണോ? ഇരുപത്തിയൊമ്പത് കൊല്ലം മുമ്പാണെങ്കിൽ എത്ര ആത്മാർത്ഥമായി ഞാനത് വിളിക്കുമായിരുന്നു! നിങ്ങളും!

അന്ന് നാം സഖാക്കളായിരുന്നു.... ആ വിളിയിൽ അഭിമാനം കൊള്ളുന്നവരായിരുന്നു....

ഇന്ന് നിങ്ങൾ എവിടെയെത്തി.

എന്നാലും നിങ്ങൾക്ക് കുമാരനെ ഓർക്കാമായിരുന്നു; എന്നെ ഓർക്കാമായിരുന്നു. അനീതയെ എങ്കിലും ഓർക്കാമായിരുന്നു.

നിങ്ങളുടെ ഓർമ്മശക്തി മരവിച്ചുപോയോ?

അനീത എന്നു പേരുകേട്ടിട്ടുപോലും നിങ്ങളെന്തേ ഒന്നും ഓർക്കാതിരുന്നത്?

മുന്നിൽ പൈലറ്റുകാറും പിന്നിൽ എസ്കോർട്ടുകാറുമായി, നടുവിൽ കൊടിവെച്ച കാറിൽ യാത്ര ചെയ്യുമ്പോൾ ഇതൊന്നും ഓർക്കാൻ കഴിയില്ലേ?

ഈ കത്ത് നിങ്ങൾക്ക് കിട്ടുമോ എന്ന് എനിക്കറിയില്ല. ജയിലധികൃതരുടെ കൈയിൽ നാളെ ഞാനിതെത്തിക്കും. അവർ നിങ്ങൾക്ക് ഇത് എത്തിച്ചുതരുമോ? അതോ കീറിക്കളയുമോ?

ജയിലധികൃതരുടെ ദയകൊണ്ട് കിട്ടിയ കടലാസിൽ പെൻസിൽകൊണ്ടാണ് ഞാനിത് എഴുതുന്നത്. കടലാസിൽ പലയിടത്തും എണ്ണമയമുണ്ട്. പഴയ കുറ്റിപ്പെൻസിൽ കൊണ്ടെഴുതുമ്പോൾ പലയിടത്തും അക്ഷരങ്ങൾ തെളിയുന്നില്ല.

എങ്കിലും കൂട്ടിവായിച്ച് മനസ്സിലാക്കുമല്ലോ. എന്നെ എഴുതാൻ പഠിപ്പിച്ചത് നിങ്ങൾതന്നെ ആയതുകൊണ്ട് ഇത് വായിക്കാൻ നിങ്ങൾക്ക് കഴിയുമായിരിക്കും.

എന്നെ എഴുതാൻ പഠിപ്പിച്ച നാളുകൾ....

ഇരുപത്തിയൊമ്പതു കൊല്ലങ്ങൾക്കു മുമ്പുള്ള കാലം...

ഓർക്കുന്നുണ്ടോ?

ഞാനും കുമാരനുംകൂടി കായലിൽനിന്ന് നിങ്ങളെ വലിച്ചുകയറ്റുമ്പോൾ നിങ്ങൾക്ക് ബോധമുണ്ടായിരുന്നില്ല. മണലിലൂടെ വലിച്ചിഴച്ചാണ് നിങ്ങളെ എന്റെ വീട്ടിൽ എത്തിച്ചത്. കുമാരൻ അന്ന് കൊച്ചുകുട്ടിയായിരുന്നു. ഞങ്ങൾക്ക് നിങ്ങളെ എടുത്തുപൊക്കാൻ കഴിഞ്ഞില്ല.

അപ്പോൾ എന്റെ മകൾ അനീത കീറത്തഴപ്പായിൽ കിടന്ന് കറുത്ത കുഞ്ഞിക്കാൽ വിരലുകൾ കടിച്ചീമ്പുകയായിരുന്നു. അന്നവൾ അനീതയായിക്കഴിഞ്ഞിരുന്നില്ല. വെറും കൊച്ചുമോളായിരുന്നു.

നിങ്ങളാണല്ലോ അവൾക്ക് അനീത എന്നു പേരിട്ടത്.

കിഴക്കോട്ട് തിരിഞ്ഞിരുന്ന് അവളുടെ നാവിൽ അരിവാൾത്തലപ്പുകൊണ്ട് 'അനീത' എന്ന് എഴുതുമ്പോൾ, ആ അരിവാൾത്തലപ്പിന്റെ മുനയും മൂർച്ചയും എവിടെയെല്ലാം ചെന്നുകൊണ്ടു?

"ഇവൾ ആരുടെ മുമ്പിലും തലകുനിക്കാതിരിക്കട്ടെ." എന്ന് നിങ്ങളന്ന് അവളെ ആശീർവദിച്ചു.

ഒടുവിൽ രണ്ടുമാസം മുമ്പ്, അപമാനിതയായി, സർവ്വസ്വവും നഷ്ടപ്പെട്ട് അനീത എന്ന പേരിന് അർഹതയല്ലാതായപ്പോൾ, അവൾ ആത്മഹത്യചെയ്തു.....

കായലിലെ വെള്ളം കുടിച്ച് ചീർത്ത് ആ ശരീരം വള്ളിപ്പടർപ്പുകളിൽ കുരുങ്ങിക്കിടക്കുമ്പോൾ, കായലിലെ കരിമീനുകൾ അവളെ കൊത്തിത്തിന്നു....

മുപ്പതുകൊല്ലങ്ങൾക്ക് മുമ്പ് ഇതേ രീതിയിൽ അവളുടെ അച്ഛന്റെ ശരീരവും കായലിലെ കരിമീനുകൾ കൊത്തിവലിച്ചുതിന്നുന്നത് എനിക്ക് കണ്ടുനില്ക്കേണ്ടിവന്നിട്ടുണ്ട്.

അതിൽപ്പിന്നെ, ഞാൻ കരിമീൻ തിന്നിട്ടില്ല. ഓരോ കരിമീനിന്റെ ഇറച്ചിയിലും എന്റെ അനീതയുടെ അച്ഛന്റെ മാംസമുണ്ടോ? എന്റെ മാംസമുണ്ടോ?

പക്ഷേ, ഞാൻ നിങ്ങൾക്ക് കരിമീൻ കറി വെച്ചുതന്നു.

കാരണം നിങ്ങളെന്റെ അതിഥിയായിരുന്നു. എന്റെ സഖാവായിരുന്നു. ഞങ്ങളുടെ സഖാവായിരുന്നു.

നിങ്ങളുടെ മാറിൽക്കിടന്ന് അനീത കളിക്കുന്നത് ഞാൻ അത്ഭുതത്തോടെ കണ്ടുനിന്നിട്ടുണ്ട്. നിങ്ങളുടെ മകൾ സുജാതയ്ക്കും ഇതേ പ്രായമാണല്ലോ. ആറുമാസം പ്രായമായ സുജാതയെ ആദ്യമായി കാണാൻ ചെന്നതും വേട്ടപ്പട്ടികൾ നിങ്ങളെ പിന്തുടർന്നതും മകളെ ഒരു നോക്കുകാണാൻ കഴിയുന്നതിനുമുമ്പ് നിങ്ങൾക്ക് ജീവനുംകൊണ്ട് ഓടേണ്ടിവന്നതും എല്ലാം നിങ്ങൾ പറഞ്ഞിട്ടുണ്ട്.

സുജാത, അനീതയെപ്പോലെ ഇരിക്കുമെന്ന്, അങ്ങനെ ആയിരിക്കണമെന്ന് നിങ്ങൾ ആഗ്രഹിച്ചിരുന്നു.

അങ്ങനെയാണോ? ഞാൻ സുജാതയെ കണ്ടിട്ടില്ല. പക്ഷേ സുജാതയ്ക്ക് അനീതയുടെ ഗതി വരാതിരിക്കട്ടെ....

നിങ്ങളുടെ കൂടെക്കിടന്ന് നിങ്ങളുടെ മാറിൽക്കളിച്ച് മൂന്നുമാസം കഴിച്ച അനീത...

നിങ്ങൾ അരിവാൾത്തലകൊണ്ട് കൊച്ചുനാവിൽ പേരെഴുതി വിളിച്ച അനീത...

ഒടുവിൽ നിങ്ങളെന്താണ് പറഞ്ഞത്? ആ അനീതയെപ്പറ്റി! സ്വന്തം മകളെപ്പോലെ കരുതുമെന്ന് പറഞ്ഞ അനീതയെപ്പറ്റി?

നിങ്ങൾക്ക് പുനർജ്ജന്മം തന്ന് നിങ്ങളുടെ അമ്മയായിത്തീർന്ന എന്നെപ്പറ്റി?

നിങ്ങൾക്കിത് പറയാം. മുന്നിൽ പൈലറ്റുകാർ, പിന്നിൽ എസ്കോർട്ട് കാർ.

ചുറ്റും സുശക്തമായ രക്ഷാവലയം.... ഇന്ന് നിങ്ങളുടെ വാക്ക് ഇന്നാടിനെ സംബന്ധിച്ചിടത്തോളം അവസാനവാക്കാണ്.

അനീതയും അവളുടെ അമ്മയും പിഴച്ചവരാണ് എന്ന് നിങ്ങൾ പറഞ്ഞാൽ അതിനെ ചോദ്യം ചെയ്യാൻ ആർക്കും സാദ്ധ്യമല്ല.

കാരണം ഈ നാടിന്റെ സുരക്ഷാശക്തി മുഴുവൻ നിങ്ങളുടെ വിരൽത്തുമ്പിലാണ്....

അനീതയുടെ ശരീരം കായലിലെ കരിമീനുകൾ കൊത്തിവലിച്ചു തിന്നു.

കുമാരനെ വേട്ടനായ്ക്കൾ വേട്ടയാടിക്കൊണ്ടിരുന്നു.

ഞാൻ, വെളിച്ചം കുറഞ്ഞ ഈ ജയിൽ മുറിയിൽ നാളത്തെ വിധിയും കാത്ത് കിടക്കുന്നു.

നാളത്തെ വിധി...

എന്തായിരിക്കും അത്? എത്ര വേഗത്തിലാണ് കേസ് വിസ്താരം കഴിഞ്ഞത്...

പ്രതിഭാഗം സാക്ഷികൾക്ക് കോടതിവളപ്പിൽ വരാൻ പറ്റാത്ത സാഹചര്യത്തിൽ കേസ് വിസ്താരം പെട്ടെന്ന് കഴിയുമല്ലോ.

അപ്പോൾ കൊലക്കുറ്റക്കാരിയായ എനിക്ക് കിട്ടാവുന്ന വിധി എന്താണ് എന്ന് ഊഹിക്കാവുന്നതേയുള്ളൂ....

എനി മരിക്കാൻ എനിക്കു വിഷമമില്ല. എന്റെ അനീതയെ കായലിലെ കരിമീനുകൾ കൊത്തിത്തിന്നു...

പിന്നെ ആരുണ്ട് എനിക്ക് സ്വന്തമായി?

കുമാരൻ? എന്റെ അനീതയെ വിവാഹം ചെയ്ത അവന്, അനീതയുടെ അച്ഛന്റെ ഗതിവരുമോ?

മുട്ടുമടക്കി ജീവിക്കുന്നതിനേക്കാൾ നട്ടെല്ലുനിവർത്തിനിന്ന് മരിക്കുന്നതാണ് നല്ലെതെന്ന് വിശ്വസിക്കുന്ന കുമാരനെ വേട്ടനായ്ക്കൾ പിടിക്കുമോ?

പിന്നെ എന്നെപ്പറ്റി ഓർക്കാൻ ഉണ്ടാവുക നിങ്ങളാണ് എന്നായിരുന്നു എന്റെ പ്രതീക്ഷ.

നിങ്ങൾ ഞങ്ങളിൽനിന്ന് അകന്നുപോയെങ്കിലും നിങ്ങൾക്ക് പുനർജ്ജന്മം നല്കിയത് ഞാനായിരുന്നുവല്ലോ.

പുനർജ്ജന്മം നല്കിയ എന്നെ 'അമ്മ' എന്നുവിളിക്കാനാണു നിങ്ങൾ ആഗ്രഹിച്ചത്. പക്ഷേ, എനിക്കിഷ്ടം "സഖാവേ" എന്ന വിളി കേൾക്കാനാണ്. നിങ്ങൾ എന്നെ 'അമ്മേ' എന്നുവിളിക്കുമ്പോൾ എന്നെയും നിങ്ങളെയും മാത്രമേ നിങ്ങൾ കാണുന്നുള്ളൂ.

പക്ഷേ, "സഖാവേ" എന്നുവിളിക്കുമ്പോൾ ഒരു പ്രസ്ഥാനം മുഴുവൻ ആ പ്രസ്ഥാനത്തിന്റെ ശക്തിയും ആവേശവും മുഴുവൻ ആ വിളിയിൽ മുഴങ്ങിനില്ക്കുന്നു....

എന്നിട്ടും നിങ്ങളെന്നെ "അമ്മേ" എന്നാണ് വിളിച്ചത്....

നിങ്ങളെന്റെ വീട്ടിൽ മൂന്നുമാസം താമസിച്ചു. ആകെയുണ്ടായിരുന്ന ഒരേ ഒരു കീറത്തഴപ്പായയിൽ അനീതയ്ക്ക്, അപ്പുറത്തും ഇപ്പുറത്തുമായി, തുലാമാസത്തിലെ മഴയത്തും തണുപ്പത്തും നാം കിടന്നുറങ്ങി...

അന്നൊക്കെ ഞാൻ നിങ്ങൾക്ക് അമ്മയായിരുന്നു.

നിങ്ങൾ എനിക്ക് മകനും....

മൂന്നുമാസത്തിനുള്ളിൽ ഒരു നിമിഷം പോലും നിങ്ങളുടെ പെരുമാറ്റത്തിൽ ഒരു പിഴ ഞാൻ കണ്ടിട്ടില്ല.... ഒരു നിമിഷമെങ്കിലും എന്റെ പെരുമാറ്റത്തിലും നിങ്ങൾ പിഴ കണ്ടെത്തിയിട്ടില്ല.

കാരണം നമ്മൾ അമ്മയും മകനുമായിരുന്നു. സഖാക്കളായിരുന്നു.

ഒരു പ്രസ്ഥാനത്തിലെ സഖാക്കൾ. ആ പ്രസ്ഥാനത്തിന്റെ ശക്തിയും വിശുദ്ധിയും കാത്തുസൂക്ഷിച്ച സഖാക്കൾ.

പ്രസ്ഥാനത്തിന്റെ വിശുദ്ധി, അതിലെ ഓരോരുത്തരുടെയും വിശുദ്ധി, അതിലെ ഓരോരുത്തരുടെയും വിശുദ്ധിയായിരുന്നു..........

ഓരോരുത്തരുടെയും അശുദ്ധി പ്രസ്ഥാനത്തിന്റെ തന്നെ അശുദ്ധിയായിരുന്നു...

ഒരേ ചെറ്റക്കുടിലിൽ, ഒരേ തഴപ്പായിൽ അന്തിയുറങ്ങിയിട്ടും നാം നമ്മുടെ വിശുദ്ധി, നമ്മുടെ പ്രസ്ഥാനത്തിന്റെ വിശുദ്ധി കാത്തുസൂക്ഷിച്ചു....

അത് ഇരുപത്തിയൊമ്പതരക്കൊല്ലം മുമ്പാണ്. തുലാം പത്തിന് കായൽ മനുഷ്യരക്തംകൊണ്ട് കലങ്ങിച്ചുവന്ന കൊല്ലം... വെടിമരുന്നിന്റെയും രക്തത്തിന്റെയും രൂക്ഷഗന്ധം അന്തരീക്ഷത്തിൽ തങ്ങിനിന്ന കാലം....

അനീതയുടെ അച്ഛനെ വേട്ടനായ്ക്കൾ നായാടി കായലിൽ ചാടിച്ച് വെടിവെച്ച് കൊന്ന കൊല്ലം.

നിങ്ങളെ വേട്ടനായ്ക്കൾ നായാടി നടന്ന കാലം...

അന്ന് ഉരുക്കിന്റെ കരുത്തും അഗ്നിയുടെ പരിശുദ്ധിയും നാം കാണിച്ചു. അങ്ങനെയാണ് വേട്ടനായ്ക്കളറിയാതെ, എന്റെ വീട്ടിൽ, മൂന്നുമാസം നിങ്ങൾ കഴിച്ചുകൂട്ടിയത്. സഖാക്കൾ പിരിവെടുത്തുകൊണ്ടുവന്ന ഉപ്പും ചോറും കൊണ്ട് ഞാൻ നിങ്ങളെ ഊട്ടിയത്.

കാരണം, നിങ്ങൾ അന്ന് ഞങ്ങളുടെ നേതാവായിരുന്നു. നിങ്ങളുടെ ജീവൻ നിലനിർത്തേണ്ടത് ഞങ്ങളുടെയും പ്രസ്ഥാനത്തിന്റെയും ആവശ്യമായിരുന്നു...

പരസ്യമായി ഒരു സ്ഥലത്തും നിങ്ങളെ കിടത്തി ചികിത്സിപ്പിക്കാൻ അന്നു സാദ്ധ്യമായിരുന്നില്ല.

മണംപിടിച്ചു നടന്ന വേട്ടനായ്ക്കൾ നിങ്ങളുടെ തലയ്ക്ക് അയ്യായിരം രൂപ വില കണക്കാക്കിയിരുന്നു...

നിങ്ങളെ ഞാൻ ശുശ്രൂഷിച്ചു. മരുന്നു തന്നു. ഭക്ഷണം തന്നു.

വെടിയുണ്ട കാർന്നുതിന്ന നിങ്ങളുടെ ഇടത്തെ കൈത്തണ്ടയിലെ മുറിവുണങ്ങി. എണീറ്റുനിക്കാമെന്നായി...

മൂന്നുമാസം....

ആ കിടപ്പിൽ കിടന്നുകൊണ്ട് നിങ്ങൾ എന്റെ മകനായി; അനീതയുടെ ചേട്ടനായി; കുമാരന്റെ ചേട്ടനായി; അനീതയ്ക്കു പേരിട്ടു. സുജാതയെപ്പറ്റി നിങ്ങൾ ഓർത്തോർത്തു പറഞ്ഞു....

നടക്കാറായതിനുശേഷം അടുത്ത ഷെൽട്ടറിലേക്ക് പോകുമ്പോൾ,

നിങ്ങൾക്കുണ്ടായ ദുഃഖം...

എല്ലാം ഞാനോർക്കുന്നു. പക്ഷേ,

പക്ഷേ, നിങ്ങൾ എല്ലാം മറന്നു. മറന്നില്ലായിരുന്നുവെങ്കിൽ ഇതു വഴി പോകുമ്പോൾ എല്ലായ്പ്പോഴും എന്റെ വീട്ടിൽ വരാമെന്ന് ഏറ്റുപോയ നിങ്ങൾ, ആദ്യമൊക്കെ വന്നിരുന്ന നിങ്ങൾ ഇപ്പോഴെന്താ വരാത്തത്?

കൊടിവെച്ച കാറിൽ നിങ്ങൾ പോകുന്നുവെന്ന് കേൾക്കുമ്പോൾ, ഞാൻ ഓർക്കാറുണ്ട്—മെയിൻ റോഡിൽ വളവു തിരിഞ്ഞ് കായൽ തുടങ്ങുന്നിടത്ത് നിങ്ങൾ കാർ നിർത്തും. എന്നിട്ട് കിഴക്കോട്ടു നടന്ന് എന്റെ വീട്ടിന്റെ മുമ്പിലെത്തും.

"അമ്മേ" എന്നുവിളിക്കും... അപ്പോൾ... പക്ഷേ, അതൊന്നുമുണ്ടായില്ല.

മൂന്നുമാസം മുമ്പുകൂടി നിങ്ങൾ ആ വഴി പോയി. അന്നും ഞാനതു വിചാരിച്ചു. നിങ്ങൾ കാറുനിർത്തും; വരും...

നിങ്ങൾ കാർ നിർത്തി, പക്ഷേ, കാറിൽനിന്നിറങ്ങിയത് പടിഞ്ഞാട്ടാണ്. അവിടെയുള്ള വലിയ ബംഗ്ലാവിലേക്ക്....

മുപ്പതുകൊല്ലം മുമ്പ് ആ കെട്ടിടം, വേട്ടനായ്ക്കളുടെ താവളമായിരുന്നു. അവിടെവച്ച് അനീതയുടെ അച്ഛന് എന്തെല്ലാം സഹിക്കേണ്ടിവന്നിട്ടുണ്ട്, അങ്ങനെ എത്ര ആയിരം പേർക്ക്...

മൂന്നുമാസം മുമ്പാണ് കുമാരനെ അവർ അവിടെവച്ച് മർദ്ദിച്ചത്... അവിടെ ഇന്നും വേട്ടനായ്ക്കൾ താവളമടിച്ചിരിക്കുന്നു.... നിങ്ങൾ അവിടേക്ക് കയറിപ്പോകുമ്പോൾ ഞങ്ങൾ മൂന്നുപേരും നോക്കിനിന്നു. ഞാനും കുമാരനും അനീതയും.

ഞാൻ ഈ കത്തെഴുതി അവസാനിപ്പിക്കട്ടെ.

നിങ്ങൾ ഇരുപത്തിയൊമ്പതരക്കൊല്ലം മുമ്പ് ആശീർവദിച്ചപോലെ അനീത വളർന്നു. അവൾ ആരുടെ മുമ്പിലും തലകുനിച്ചില്ല. കുമാരൻ പ്രസ്ഥാനത്തിന്റെ കരുത്തു തന്നിലേക്ക് ആവാഹിച്ചുകൊണ്ട് വളർന്നു വലുതായി. കർഷകത്തൊഴിലാളികളുടെ കണ്ണിലുണ്ണിയായി.

കുമാരനും അനീതയും...

അരിവാളും ചുറ്റികയും ഉയർത്തിപ്പിടിച്ചുകൊണ്ട് പുരോഗതിയിലേക്ക് കുതിക്കുന്ന പുരുഷന്റെയും സ്ത്രീയുടെയും ഒരു പ്രതിമയുടെ പടം നിങ്ങൾ എനിക്കുതന്നിട്ടില്ലേ... ഇന്നും എന്റെ വീട്ടിന്റെ മരത്തൂണിൽ ആ പടമുണ്ട്.

അനീതയെയും കുമാരനെയും കാണുമ്പോൾ ഞാൻ ആ പടമാണ് ഓർമ്മിക്കാറുള്ളത്. അവർ പ്രസ്ഥാനത്തിന്റെ ശക്തിയാണ്. ആവേശമാണ്.

അപ്പോൾ വേട്ടനായ്ക്കൾ വേട്ടയാടുന്നത് അവരെയായി.... ആ വേട്ടനായ്ക്കളെ അഴിച്ചുവിട്ടത് ആരായിരുന്നു...?

കായലും വയലും വീടുകളും വീണ്ടും മുപ്പതുകൊല്ലം പിറകോട്ടു പോയി.

അനീതയുടെ അച്ഛനും നിങ്ങൾക്കും പകരം കുമാരൻ, അനീത... അങ്ങനെ ആയിരങ്ങൾ....

കായൽ വീണ്ടും കലങ്ങി. വീണ്ടും കരിമീനുകൾ മനുഷ്യമാംസം കൊത്തിവലിച്ചു...

ബൂട്ടുകളുടെ അമർന്നു പതിക്കുന്ന ശബ്ദം കേട്ടു രാത്രികൾ കിടുകിടുത്തു. കഴിഞ്ഞവർഷം കിട്ടിയ കൂലി കിട്ടണമെന്ന് പറഞ്ഞ തൊഴിലാളിക്ക് വീട്ടിൽ കിടന്നുറങ്ങാൻ വയ്യാതായി.

ഇത് നാല്പത്താറോ എഴുപത്തിയാറോ?

പരുന്തുകൾ റാഞ്ചിപ്പറന്നിരുന്നത് കുമാരനെ കിട്ടാനായിരുന്നു.... എന്നിട്ടൊടുവിൽ...

ഞാനതെങ്ങനെ പറയും.... എങ്ങനെ എഴുതും..?

കൃത്യം രണ്ടുമാസം മുമ്പ് ജോലി കഴിഞ്ഞു വീട്ടിൽ മടങ്ങിവന്ന ഞാൻ കണ്ടത്...

വീടിന്റെ ചെറ്റവാതിൽ തുറന്ന് പുറത്തുവരുന്ന അവരെയായിരുന്നു. കാക്കിക്കാലുറയുടെ മേലെ ബെൽറ്റ് വലിച്ചു കെട്ടുന്ന മൂന്നുപേർ..

തുറന്ന ചെറ്റവാതിലിലൂടെ, തറയിൽ കിടക്കുന്ന അനീതയെ ഞാൻ കണ്ടു.

കൈയും കാലും കെട്ടിയിരിക്കുന്നു....

നഗ്നയായ അവൾ ബോധംകെട്ടു കിടക്കുകയാണോ...?

എന്റെ അനീത...

നിങ്ങൾ പേരിട്ടുവിളിച്ച അനീത... നിങ്ങൾ സുജാതയെപ്പോലെ കരുതുന്ന അനീത...

പിന്നെ ഞാനെന്താണ് ചെയ്തത്...? വയലിൽനിന്ന് കൊയ്ത്ത് കഴിഞ്ഞു തിരിച്ചുവരികയായിരുന്ന എന്റെ കൈയിൽ നെൽക്കറ്റകൾ മുറിച്ച് മൂർച്ച കൂടിയ അരിവാളായിരുന്നു....

ഏറെനേരം കഴിഞ്ഞ് മണലിൽ വാർന്നൊഴുകിയ രക്തത്തിൽ ഞാൻ തളർന്നിരിക്കുമ്പോൾ അനീത എന്റെ മുന്നിലൂടെ നടന്ന് കടൽക്കരയിലേക്ക് പോയതായി തോന്നി.

ബോധം വന്നപ്പോൾ ഞാൻ ജയിലിൽ ഈ മുറിയിലാണ്. ദേഹമാകെ പരിക്കായിരുന്നു. കൊലക്കുറ്റത്തിന് എന്നെ അറസ്റ്റ് ചെയ്തിരിക്കുകയാണെന്ന് ഞാൻ പിന്നീടറിഞ്ഞു.

ഇന്നെന്റെ കേസിന്റെ വിസ്താരം കഴിഞ്ഞു. നാളെ വിധി പറയും. ..

ആ വിധി എന്താകുമെന്ന് ഊഹിക്കാവുന്നതേയുള്ളൂ. എന്റെ സാക്ഷികൾക്ക് കോടതിവളപ്പിൽ വരാൻ പറ്റാത്ത സാഹചര്യത്തിൽ നടന്ന വിസ്താരത്തിന്റെ വിധി മറ്റെന്താവാനാണ്.

അതിൽ എനിക്ക് വിഷമമില്ല. മരിക്കാൻ എനിക്കു ഭയവുമില്ല; പക്ഷേ;

എന്നെ വേദനിപ്പിച്ചത് നിങ്ങളാണ്. എന്നെ 'അമ്മേ' എന്ന് വിളിച്ചിരുന്ന നിങ്ങൾ...

ആരുടെ മുമ്പിലും തലകുനിക്കാതിരിക്കാൻ വേണ്ടി എന്റെ മകൾക്ക്

അനീത എന്നു പേരിട്ട നിങ്ങൾ...

എന്റെയും അനീതയുടെയും പേരുകൾ കേട്ടപ്പോൾ നിങ്ങൾ പഴയ കഥകൾ ഓർക്കുമെന്ന് ഞാൻ ആശിച്ചു. ഇരുപത്തൊമ്പതരക്കൊല്ലം മുമ്പത്തെ കഥ... തുലാം പന്ത്രണ്ടിന്റെ കഥ.

പക്ഷേ, നിങ്ങൾ ഓർത്തില്ല, അതിന് പകരം നിങ്ങൾ എന്താണ് പ്രസ്താവിച്ചത്..? ഞാനത് ഇന്നാണ് കേട്ടത്. എനിക്കെതിരായി വാദിക്കുന്ന വക്കീൽ, എനിക്കെതിരായി കൊണ്ടുവന്ന ഒരു വാദം. നിങ്ങൾ പറഞ്ഞ വാക്കുകൾ....

ഞാനും അനീതയും പിഴച്ചവരാണെന്ന്!

എന്റെ വിശുദ്ധി ശരിക്കും കണ്ടറിഞ്ഞ നിങ്ങളാണത് പറഞ്ഞത്.

അനീതയുടെ അച്ഛന്റെ ശവം കായലിലെ മീനുകൾ കൊത്തിത്തിന്നുന്നത് കണ്ടപ്പോൾ ഞാൻ കരഞ്ഞിട്ടില്ല...

അനീത, ബലാത്സംഗം ചെയ്യപ്പെട്ട് ബോധരഹിതയായി കിടക്കുമ്പോൾ ഞാൻ കരഞ്ഞിട്ടില്ല.

അവൾ ആത്മഹത്യചെയ്തു എന്നുകേട്ടപ്പോൾ ഞാൻ കരഞ്ഞിട്ടില്ല....

പക്ഷേ, ഇന്ന് ഞാൻ കരഞ്ഞു.............

ജീവിതത്തിലാദ്യമായി കരഞ്ഞു..........

മറ്റൊന്നും എനിക്ക് പറയാനില്ല; ചോദിക്കാനില്ല; ചെയ്യാനില്ല....

ഈ കത്ത് നിങ്ങൾക്ക് കിട്ടുമോ എന്ന് എനിക്കറിയില്ല. കിട്ടിയാൽ തന്നെ നിങ്ങളിത് വായിക്കുമോ എന്നു എനിക്കറിയില്ല....

കിട്ടിയാൽ, വായിച്ചാൽ, നിങ്ങൾ ആ പഴയ കാലത്തെപ്പറ്റി, കീറത്തഴപ്പായയിൽ കിടന്നുറങ്ങിയ മൂന്നുമാസക്കാലത്തെപ്പറ്റി ഒരു നിമിഷമെങ്കിലും ഒന്ന് ഓർമ്മിക്കുമോ?

ശമീകോടരം

എസ് വി വേണുഗോപൻ നായർ

ഞാൻ ഇവിടെ വീട്ടുതടങ്കലിലാണ്. പുറത്തുള്ളവരാരും അതറിയുന്നില്ലായിരിക്കാം. അല്ലെങ്കിൽ ഒരു വ്യക്തിയുടെ തിരോധാനം ലോകത്തിന്റെ ശ്രദ്ധയിൽപ്പെടണമെന്നില്ലല്ലോ. പക്ഷേ, നീരാവിയായി ഉയർന്ന ഒരു കണികയ്ക്ക് വീണ്ടും കടലിലെത്താൻ തൃഷ്ണ.

പതിവായി ഈ വഴി പോകുന്ന നിങ്ങൾ എന്റെ മുത്തശ്ശിയെ ശ്രദ്ധിക്കാതായിട്ടുണ്ടാവും;— ആ കാഴ്ചയുടെ സാധാരണത്വംകൊണ്ട്. എന്നാൽ അവരിന്നും ഈ മുറ്റത്തുതന്നെയുണ്ട്. അവിരാമവും അനാദ്യന്തവുമായ ആ തെരച്ചിലുമായി...

ഓർമ്മവച്ചനാൾ മുതൽ ഞാനും ഇതുതന്നെ കാണുന്നു. അക്കാഴ്ച കണ്ടുകണ്ടാണ് ഞാൻ വളർന്നതുതന്നെ. തന്നിമിത്തം എനിക്ക് മുത്തശ്ശിയെന്നാൽ ഇംഗ്ലീഷിലെ ജി യുടെ രൂപമായി. ജരകാർന്ന കൈകളിൽ മുറ്റത്തെ മണൽവാരി, ഉറഞ്ഞുപോയ കണ്ണുകളോടടുപ്പിച്ചു വരണ്ട വിരലുകൾക്കിടയിലൂടെ അരിച്ചുവീഴ്ത്തിക്കൊണ്ടിരിക്കുന്ന മുത്തശ്ശിക്കു വിശ്രമമില്ല. വിരസതയുമില്ല. അവസാനത്തെ മണൽത്തരിയുമൊഴിഞ്ഞാൽ വീണ്ടുമൊരു കുമ്പിൾ മണൽ വാരും.

കണ്ടുകിട്ടായ്ക അന്വേഷണത്തിന് ഊർജ്ജം പകരുന്നു.

ഈ വിശാലമായ മുറ്റത്തു പണ്ടെന്നോ ഒരു തൂശി വീണുപോയത്രെ. ഒരു പൊന്നിൻ തൂശി... ആരുടെയോ കൈയിൽനിന്ന്. എന്റെ മുത്തശ്ശി തേടിക്കൊണ്ടിരിക്കുന്നത് ആ തൂശിയാണ്.

മുറ്റത്തിരിക്കുന്ന മുത്തശ്ശി തൊട്ടുപിന്നിലെ വീടിനെ മറന്നുപോയിട്ടുണ്ടാവും. പൂമുഖത്തിനപ്പുറത്തെ അവസ്ഥാന്തരങ്ങൾ അവരെ അലോസരപ്പെടുത്തുന്നില്ല. പ്രകൃതി ക്ഷോഭിച്ച് വശായില്ലെങ്കിൽ അവർക്ക് പൂമുഖം പോലും ആവശ്യമില്ല. അതുകൊണ്ട് എപ്പോഴെല്ലാം മുത്തശ്ശി

മുറ്റം വിടുമെന്ന് പറയാനാവില്ല; പ്രത്യേകിച്ച് ഋതുഭേദങ്ങൾ താളഭംഗം സ്ഥിരഭാവമാക്കിയിരിക്കുന്ന ഇക്കാലത്ത്. പൂമുഖത്തൊന്ന് കയറിയാലോ ഒലിച്ചുപോകുന്ന മഴവെള്ളത്തിൽ കണ്ണലിയിച്ച് ആ വരാന്തയിൽ കുത്തിയിരിക്കും. ചുരുക്കിപ്പറയാം. പരതിനടക്കുന്ന രണ്ടു വെള്ളാരംകണ്ണുകൾ കൂടെ വരച്ചാലേ ഈ മുറ്റത്തിന്റെ ചിത്രം പൂർണ്ണമാകൂ.

ഈ ഇരുണ്ട മുറിയുടെ റോഡിലേക്ക് തുറക്കുന്ന കിളിവാതിലിലൂടെ എനിക്ക് മുത്തശ്ശിയുടെ വളഞ്ഞുകോടിയ മുതുകു കാണാം. സോപ്പുപതപോലെ വെളുത്ത തലയും. അഴികളിൽ തൂങ്ങി ഏന്തിവലിഞ്ഞു നോക്കണമെന്നേയുള്ളൂ.

മറുവശത്ത് ഒരു വലിയ ജനാലയുണ്ട്. ബലമുള്ള ഇരുമ്പഴികളുണ്ടതിന്. അവ അല്പം വളഞ്ഞിട്ടുണ്ടെങ്കിൽ എന്റെ കൈപ്പത്തിയിൽ വ്രണം പൊട്ടിയിട്ടുമുണ്ട്. ഈ ജനാലയ്ക്ക് കതകില്ല. അതിലൂടെ ഇടനാഴിയിലെ ഇരുട്ട് എന്നിൽ കണ്ണുനട്ടിരിക്കുന്നു. അവിടെ പതുങ്ങിനില്ക്കുന്ന ആ കറുത്ത തടിയനും. ഞാനങ്ങോട്ടൊന്നു മുഖം തിരിച്ചാൽ ആ കണ്ണുകൾ ഉരുണ്ടുതിളങ്ങും. മീശ പിരിഞ്ഞുയരും. അവന്റെ കൈയിലെ വടി ഇരുമ്പഴികൾക്കിടയിലൂടെ ഇപ്പുറമെത്തി മുറിക്കുള്ളിലെ ശൂന്യനിശ്ചലതയെ കുത്തിയിളക്കും.

വിശന്നു തളരുന്നു. വിശപ്പിന്റെ തീയിൽ എന്റെ അസ്ഥികൾ ഉരുകുന്നു.

ഇരുമ്പഴിയിലൂടെ പതിവു റേഷൻ ഒരു പരന്ന പാത്രത്തിൽ ഈ ജനാലപ്പടിയിലെത്തും. മൂന്നുനേരം കൃത്യമായി ആ തടിയൻ അതെത്തിക്കും.

വയറുനിറയെ കുടിക്കാൻ ഇത്തിരി തണുത്ത വെള്ളമെങ്കിലും കിട്ടിയെങ്കിൽ!

വല്ലതുമൊന്നുരിയാടിയാൽ ആ തടിയൻ പാഞ്ഞുവരും. മീശപിരിച്ച് കണ്ണുരുട്ടി വടിയിളക്കും.

പാറാവിന് ഒരുവനല്ല, രണ്ടോ മൂന്നോ പേരുണ്ടാവണം, ഒരേ രൂപത്തിൽ. കണ്ണിലെ നേർത്ത രക്തക്കുഴലുകളും വരണ്ടുപോയതിനാലാവാം എനിക്ക് അവരെ കൃത്യമായി തിരിച്ചറിയാൻ വയ്യാത്തത്.

ഈ നന്ദികേശന്മാർ എന്റെ അമ്മാവന്മാരാണുപോലും. അവകാശപ്പെടുന്നതെങ്ങനെയാണ്. ഒന്നു തീർച്ച. എന്റെ അമ്മയുടെ സഹോദരന്മാരല്ല. മുത്തശ്ശിയുടെ ഏതോ വകയിലെ സന്തതികളാവും. പണ്ട് ഞാൻ സ്കൂളിലും മറ്റും ഓടിനടന്ന കാലത്ത് തൊടിയിൽ വിയർപ്പിൽക്കുളിച്ച് പണിയെടുത്തുനിന്നിരുന്നത് ഇവരാകാം. ഇവന്റെയൊക്കെ ശുക്രദശയാണ് എന്നെ ഇവിടെ എത്തിച്ചത്. ഇപ്പോൾ വെയിലേല്ക്കണ്ട, വിയർക്കണ്ട. മീശയും കൈയുമായി ഇരുളിൽ പതുങ്ങി നിന്നേച്ചാൽ മതി. മൃഷ്ടാന്നവും. തടിച്ചുരുണ്ടു കയറുന്നതു വെറുതെയാണോ?

ഞാനിങ്ങനെ ഇരുളിനോട് ആത്മഗതം ചൊരിയുന്നതിന് എന്തർത്ഥം. ഇത്രയും കാലം മറ്റു നാലിന്ദ്രിയങ്ങളും തേടിയത് അർത്ഥമില്ലായ്മയാ

യിരിക്കെ ഒരെണ്ണം മാത്രം മൂടിവെക്കുന്നതെന്തിന്?

അനേകം മുറികളുള്ള ഒരു വലിയ വീടാണിത്. കുറഞ്ഞത് ഒരു ഇരുപതു താക്കോലെങ്കിലും കാണണം. എല്ലാം ഒരു ചരടിൽ കുരുങ്ങി മുത്തശ്ശിയുടെ അരയിൽ തൂങ്ങുന്നു. മിക്കതും താഴിനെ ഒന്നു കണ്ടിട്ട് വർഷങ്ങളായിരിക്കണം. ഈ തടവറയുടെ താക്കോലും അക്കൂട്ടത്തിലുണ്ട്. വിശപ്പ് എന്നെ തിന്നുന്നു. എന്റെ താടിരോമങ്ങൾ മുഖത്തെയും. ഈച്ചകൾ എന്റെ വ്രണങ്ങളിൽ കൊമ്പുകുത്തിക്കളിക്കുന്നു.

കിളവിയുടെ മുതുകിലെ ജര പോക്കുവെയിലിൽ ശല്ക്കംപോലെ തിളങ്ങുന്നു. ആ കശേരുക്കൾ ഇവിടെനിന്നുകൊണ്ട് ഒന്നൊന്നായെണ്ണാം.

ഹൊ! വയ്യ എനിക്ക് സഹിക്കവയ്യ!

"മുത്തശ്ശീ എനിക്ക് വെശക്ക്ണു....വെശക്ക്ണൂന്ന്..."

നാവ് കീഴോട്ടു വലിയുന്നു. കിതച്ചുപോകുന്നു.

"കിളവിയേ...എനിക്ക് വെശക്ക്ണു.....ണൂ...."

ങാ കേട്ടുകാണും. ഒരു കൈയുയർത്തി ആംഗ്യം കാട്ടുന്നുണ്ട്. ഒരല്പംകൂടെ ക്ഷമിക്കാൻ....

ക്ഷമ! കവലയിലെ ട്രാഫിക് സിഗ്നലിനൊപ്പം കണ്ണുണ്ടായതുമുതൽ കാണുന്ന കൈമുദ്ര.

ഇതാ, വന്നുകഴിഞ്ഞല്ലോ, ആ തടിയൻ! ജനാലയ്ക്കൽ. അവന്റെ വടി എന്റെ മുതുകിന്റെ തീരപ്രദേശത്തും.

"താൻ പോടോ... എനിക്കാ വെശ്ക്ക്ണെ.... വെശ്ന്നു നീറണെ.... അല്ലെങ്കിൽ അങ്ങനെ നില്ലവിടെ. വ്രണങ്ങൾ ഈച്ചയകന്നൊന്നാശ്വസിക്കട്ടെ."

മുത്തശ്ശി ചുണ്ടുപിളർത്തി മോണമടക്കി ചിരിക്കുന്നു. അതു വെറും ചിരിയല്ല. മുദ്രയാണ്. ഇപ്പോൾ കൈ സ്വതന്ത്രമല്ല. മറ്റൊരു കുമ്പിൾ മണ്ണ് വാരിക്കഴിഞ്ഞു.

സ്കൂളില് പഠിക്കുമ്പോൾ മുത്തശ്ശിയോടിണങ്ങിനിന്ന് പൈസ ചോദിക്കുമായിരുന്നു; സ്ലേറ്റു പെൻസിൽ വാങ്ങാൻ. അന്നും ശബരിമല ശാസ്താവിനെപ്പോലെ കൈയുയർത്തിക്കാണിച്ചിരുന്നു. ചിലപ്പോൾ ഒപ്പം പിറുപിറുക്കും." ഇത്തിരി ക്ഷമിച്ചോ മോനേ.... ഒരെള്ളോളം.... അതൊന്നു കിട്ടിക്കോട്ടെ..."

എത്ര ഘനയടി മണ്ണ് ആ വിരലുകൾക്കിടയിലൂടെ ഊർന്നുപോയി. ഓരോ തരി മണ്ണും എത്ര തവണ ആ കൈക്കുമ്പിളിൽ കയറിയിറങ്ങി. ആ മുതുകുതന്നെ ക്ഷമയുടെ സ്മാരകമായി. എന്നിട്ടും!..

നിങ്ങളൊരു നൂറുവർഷം കൂടെ ജീവിക്കൂ. പിന്നെ ഈ വഴി വരൂ. അന്നൊരുപക്ഷേ, ഈ വീട് നിലംപൊത്തി മാഞ്ഞുപോകാം.

എങ്കിലും മുത്തശ്ശി ഇവിടുണ്ടാകും. ഈ മുറ്റത്ത്. കൈക്കുമ്പിളിൽ മണലും.

അമ്മയ്ക്കും സ്വന്തം മകളാണെങ്കിലും മുത്തശ്ശിയെ കാണുമ്പോ പ്രാണഭയമാണ്. പക്ഷേ, എങ്ങനെയോ ചില്ലറനാണയങ്ങൾ കൈവശ

പ്പെടുത്തിയിരുന്നു. അങ്ങനെയാണ് ഞാൻ സ്കൂൾ പഠനം ജയിച്ചടക്കിയത്.

പിന്നെയും പഠിക്കാൻ അത്യാശ. അക്കാര്യം ഉണർത്തിച്ചപ്പോൾ മുത്തശ്ശി മുധുരമായി ചിരിച്ചു ആശ്വസിപ്പിച്ചു—പതിനെട്ടാം പടിയുടെ മുകളിലിരുന്ന് : "ഒടനെ കിട്ടും. മോനേ.... അതു കിട്ടിക്കോട്ടെ. പിന്നെയെല്ലാം നേരെയാവും."

അതുപറയുമ്പോൾ കണ്ണുകൾ കൈക്കുടന്നയിലെ മണ്ണിൽ പൂഴ്ന്നിരുന്നു.

തൂശി കിട്ടും. ഞാൻ ധനികനായി കോളേജിൽ പോകും. പ്രതീക്ഷ ജ്വലിപ്പിച്ച് ഞാൻ കാത്തിരുന്നു. വിഡ്ഢിയായ ഞാൻ. മഞ്ഞും മഴയുമറിയാതെ മുത്തശ്ശിയുടെ അടുത്ത് പടഞ്ഞിരുന്നു. കണ്ണുനിറഞ്ഞിട്ടും പനിപിടിച്ചു വിറച്ചിട്ടും മടങ്ങിയില്ല. ഉത്സാഹപൂർവ്വം മണ്ണുവാരി ഞാനും പരതി.

കരടില്ലാത്ത കാലം മാത്രം വിരലുകൾക്കിടയിലൂടെ നിസ്തന്ദ്രം ചോർന്നുപോയി. എന്റെ മനസ്സ് മുരടിക്കുകയും ബുദ്ധിയിൽ വെയിലുദിക്കുകയും ചെയ്തു. ആ വെളിച്ചത്തിൽ സ്വപ്നത്തിന്റെ നരിച്ചീറുകൾ പറന്നകന്നു.

അപ്പോൾ തോന്നി: ഈ മുത്തശ്ശിക്ക് ഭ്രാന്താണ്. ആദ്യം ഉറക്കെ പറഞ്ഞില്ല. അതിരഹസ്യമായി ചിലരോട് സൂചിപ്പിക്കമാത്രം.

എങ്കിലും പലതവണ ഞാനെന്റെ നിതാന്ത മോഹം അവരോട് ഉണർത്തിക്കാൻ മടിച്ചില്ല. അവർ അഭൗമമായ ക്ഷമ ഉപദേശിച്ചെന്നെ ഉറക്കാനും.

ഒടുവിൽ എന്റെ ക്ഷമ ചങ്ങലപൊട്ടിച്ചു. മുത്തശ്ശിയോട് കയർത്തെന്തോ പറഞ്ഞുവെന്നാണോർമ്മ.

ക്ഷമയും അനുസരണയും കൈവരിക്കാൻ എന്നെ ഇവിടെ തളച്ചിട്ടു. എന്റെ വാദ്ധ്യാന്മാരായി തടിയന്മാർ ഇടനാഴിയുടെ ഇരുളിൽ നില്പായി.

അകത്തു ഞാൻ. മുറ്റത്തു മുത്തശ്ശി. ഇടനാഴിയിലൊരു തടിയൻ. കാലപ്രവാഹത്തിലെ മൂന്നുതുരുത്തുകൾ, മൂന്നുപേരും ഓരോ തരം ബന്ധനത്തിലാണെന്നതല്ലേ നേര്?

ഇന്നലെ പകൽ തളർന്നു മയങ്ങുമ്പോൾ ഇതുപോലൊരു ചിന്ത വന്നുദിച്ചു. ഒരു സ്വപ്നത്തിന്റെ ചട്ടയുമണിഞ്ഞ്, മറക്കാനാവാത്തൊരു ദർശനം.

കടൽ, തിരയടിച്ചു തുള്ളുന്ന നീലക്കരിങ്കടൽ. ഇപ്പുറം അനന്തമായ വെള്ളാരമണൽപ്പുറം. ആ മണലിലൊരു കുടം. കുടം തലയണയാക്കി ആകാശം നോക്കി മലർന്നുകിടക്കുന്ന മുക്കുവൻ. അവന്റെ മുഖത്ത് അഹന്ത.

ഇടയ്ക്കിടെ അവൻ കാത് കുടത്തിനു പുറത്ത് ചേർത്തുവയ്ക്കും. ഉള്ളിൽ നേരിയ ചലനമുണ്ടോ? ഒരു മുഴക്കം?...

പിന്നെ തലയുയർത്തും. ആ മുഖത്തൊരു ചിരിവിടരും.

കുടത്തിനുള്ളിൽ നിന്നു ഭൂതം ഇനിയും പുറത്തുചാടാം. എത്ര

തവണ അവൻ ചാടി. എന്നിട്ടെന്തുണ്ടായി? പുതിയ കൗശലങ്ങൾ പ്രയോഗിച്ച് അവനെ അകത്താക്കി സീലുവച്ചു.

ഭൂതം എന്നും വെറും വിഡ്ഢിയല്ലേ. ബുദ്ധിയുള്ള മനുഷ്യന് ഭൂതവുമില്ല, യക്ഷിയുമില്ല. ഏതവസരത്തിലും ഉണരുന്ന ബുദ്ധിമാത്രം കൈവശംവേണം.

അങ്ങനെ നക്ഷത്രങ്ങളുടെ സംഗീതം ഏറ്റുമൂളിക്കിടക്കുമ്പോൾ കുടത്തിന്റെ മൂടി ഇളകിത്തെറിച്ചു--തികച്ചും അപ്രതീക്ഷിതമായി. മുക്കുവൻ ഒന്നു പിടഞ്ഞു ചാടിയെണീറ്റു.

ഭൂതം പുകയായി. പുകച്ചുരുളുകളായി പുറത്തേക്കൊഴുകി. പരന്നു വളർന്നു. ആകാശവും ഭൂമിയും തൊടാതെ ഘനീഭവിച്ചു നിന്നു. കേശമീശകൾ വളർന്നു. ദംഷ്ട്രകൾ ഉയർന്നു. നഖങ്ങൾ നീണ്ടു.

മുക്കുവൻ ആ രൂപം നോക്കി മന്ദഹസിച്ചു. പിന്നെ സ്വാഗതമോതി. എത്രയോ പരിചിതം അവനീ വിശ്വരൂപം.

ഭൂതം ഹാലിളക്കി.

"ഞാൻ ഭൂതം !! മനസ്സിലായില്ലേ? നീ ഒന്നും അറിയില്ലെന്നു ഭാവിക്കണ്ട."

"അയ്യോ, എന്റെ പൊന്നേ, ഞാനങ്ങനെയൊന്നും ഭാവിച്ചില്ല. ഞാനല്ലേ നിന്നെ ഇപ്പോളുണർത്തിയത്. ശ്ശെ! ഇതെന്തൊരുറക്കം, ഈ കുടം ഞാനെത്ര ഉരുട്ടി. നിന്നെ ഒന്നുണർത്തിയെടുക്കാൻ!"

ഭൂതം കണ്ണുതുറിച്ചു നോക്കി. മുക്കുവൻ ഒന്നു വെളുക്കെ ചിരിച്ചു.

"ങാ, പിന്നെ സംഗതി അടിയന്തരം. അതൊന്നു പറയാനുള്ള നേരംപോലും ബാക്കിയില്ല. നമുക്കുടനെ പോണം."

"പോകണമോ? എവിടെ?" ഭൂതം പല്ലിറുമ്മി.

"കുടത്തിനികത്തിരുന്ന നീ കഥയെന്തറിഞ്ഞു. ചുരുക്കി പറഞ്ഞേക്കാം, കേട്ടോളൂ.... ഈ മണൽക്കാടിനപ്പുറം നാടാണല്ലോ. അവിടെ ക്ഷാമം. പൊരിയുന്ന ക്ഷാമം. മാത്രമോ അവിടെയെങ്ങും ഭൂതങ്ങൾ കുടിയേറിയിരിക്കുന്നു. ഓരോന്നിനും നിന്റെ പത്തിരട്ടി വലുപ്പം വരും. ഹൊ! ഒന്നുകണ്ടാല് നീ പോലും പേടിച്ചു വിറച്ചു മണ്ടും. അവകള് കണ്ണിൽപ്പെടുന്നതെല്ലാം വെട്ടി വെട്ടി വിഴുങ്ങുകയാണ്... ഹൊ!"

"കള്ളം, പച്ചക്കള്ളം" ഭൂതം അലറി.

"പിന്നെ പോ. ചെന്നനുഭവിച്ചിട്ടുവാ. അതു പേടിച്ചല്ലേ ഞാനീ നട്ടുച്ചയ്ക്കു ഈ തിളയ്ക്കണ മണലിൽ വന്നു കെടക്ക്ണത്. ഇപ്പൊ വെശപ്പു മുഴുത്തു ഭൂതങ്ങൾ പരസ്പരം തിന്നുതൊടങ്ങി. വലുത് ഇത്തിരിച്ചെറുതിനെ തിന്നുന്നു.... നമുക്ക് ഉടനെ രക്ഷപ്പെടണം. കരയൊഴിഞ്ഞാൽ അവറ്റ ഇങ്ങെത്തും. ഈ നിമിഷം ഇവിടം വിടണം."

"കരിങ്കള്ളൻ, നിന്നെ ഞാൻ തിന്നും."

ഭൂതം വാ പിളർന്നു.

"ഓഹോ. അതായിക്കോ, പക്ഷേ, അതിനുമുമ്പ് നീ മറ്റൊരു ഭൂതത്തിന്റെ കുടലിലിരിക്കും. ദാ നോക്ക്. കടലിലൊരു പത്തേമാരി കണ്ടി

ല്ലേ. ഞാൻ ഏർപ്പാടാക്കിയിരിക്കുകയാണ്. ഈ കടലിന്നപ്പുറം സ്വർണ്ണം വിളയ്ണ ദ്വീപുകളുണ്ട്. നമുക്ക് ഈ പത്തേമാരിയിൽ അവിടെയെത്താം. നിന്റെ സമ്മതം വാങ്ങി, യാത്രയാകാമെന്നു കരുതിയാണ്, പാടുപെട്ട് നിന്നെ ഉണർത്തി പുറത്തു ചാടിച്ചത്..."

"ഫൂ! ഞാനിപ്പോഴും മടയനാണെന്നു നീ കരുതുന്നു. നിന്നെ ഞാൻ തിന്നും. ഈ കളി ഇന്നവസാനം."

"കഷ്ടം! കാര്യം പറഞ്ഞാൽ തലയിൽ കേറില്ല.... ദാ, ഒരു ശബ്ദം കേൾക്കണില്ലേ... ആ ഭൂതഗണങ്ങളിങ്ങ് എത്തിപ്പോയി, വേഗം കയറ് ആ കുടത്തില്.... ഒരു നിമിഷംപോലുമില്ല... ഉം വേഗം ദാ പത്തേമാരി അടുത്തു.... വേഗം.... ദാ കുടം...."

"എടാ!!! " ഭൂതം അലറി. ദിഗന്തം കിടുങ്ങി." ഞാൻ നാലുപ്രാവശ്യം ഇതിനകത്തു കയറി. അഞ്ചാംവട്ടം ഒരുവനും മടയനാവില്ല. കേട്ടോടാ.... ഞാനിവിടെ നില്ക്കും. നിന്നു വളരും. വളർന്നുപടരും. ദാ നോക്കിക്കോ."

ഞൊടിയിട. ഭൂതം വളർന്നു വളർന്നു പടർന്നു. ശൃംഖങ്ങളുയർന്നു. അവിടെ തീനാമ്പുകൾ മിന്നി. മിന്നിമിന്നി തെളിഞ്ഞു. പുളയുന്ന നാവു നീട്ടി ജ്വലിച്ചു.

"എന്റെ തീനാമ്പുകൾ നിന്നെ തിന്നും. ഇനി മിണ്ടരുത്. മടയൻ ആരായിരുന്നുവെന്ന് അനുഭവം പഠിപ്പിക്കും."

ഇരുണ്ട ഓരങ്ങളിലെ ചുമന്ന തീനാമ്പുകൾ ആയിരം ഫണങ്ങൾ വിടർത്തി മുക്കുവനെ പൊതിഞ്ഞു.

പാവം അയാൾ സ്തംഭിച്ചു നില്ക്കുകയായിരുന്നു. ഇനി?

"ഉം... ഇനി നീ ഈ കുടത്തിൽ കയറ്..."

കുടത്തിന്റെ കാർക്കശ്യം നോക്കി മുക്കുവൻ കണ്ണുതുറിച്ചു.

ഭൂതം ഗർജ്ജിച്ചു. ആ കൊടുങ്കാറ്റിൽ മണൽത്തരികൾ പറന്നു.

മുക്കുവന് പെട്ടെന്നൊരു യുക്തിയുദിച്ചു. തീ പടരാത്ത കടലിലേക്കെടുത്തുചാടി മുങ്ങി.

ഭൂതം ആർത്തട്ടഹസിച്ചു. ഭൂമി ആലിലപോലെ വിറച്ചു. നക്ഷത്രങ്ങൾ ചിതറിമാഞ്ഞു.

തീനാമ്പുകൾ ഇരുളിനെ പിളർന്നുനീണ്ടു. കടലിനു മീതെ പരന്നു പടർന്നു. ജലം സ്വയമൊരിന്ധനമായി അനലശിഖകളെ ഏറ്റു.

ഇന്നലെ ഞാനീ ജനലഴികളെ പിടിച്ചു കുലുക്കി. വിശപ്പിന്റെ ശക്തിയിൽ നിമിഷങ്ങൾക്കകം ജനാലതന്നെ ഇളകിയേനെ. ആ തടിയന്റെ തല്ല് എന്നെ പിന്മാറ്റിയില്ല. കട്ടിളയുടെ ഓരങ്ങൾ പൊടിഞ്ഞു. ജനാല അനങ്ങാൻ തുടങ്ങിയതാണ്.

അപ്പോൾ അവൻ ആ അവസാനക്കൈ പ്രയോഗിച്ചു.

എന്റെ അമ്മയെ താങ്ങിവലിച്ചു. ഇടനാഴിയിൽക്കൊണ്ടു നിർത്തി. കരിയിലപോലെ ഞരമ്പുകൾ എഴുന്നുവരണ്ട എന്റെ അമ്മയെ. ഈ അഴികൾക്കപ്പുറം തുളുമ്പുന്ന ആ കണ്ണുകൾ. ഒരു നിമിഷം ഞാൻ നിശ്ചലനായി.

അങ്ങകലെനിന്ന് എന്റെ കൈയിലും മുഖത്തും മാറിലും ആ തടിയന്റെ വടി കീറിയിട്ട ചാലുകൾ അവർ നോക്കി. അവയിലൊഴുകുന്ന ചുകന്ന ദ്രാവകത്തിലേക്കും. പാവം ഏങ്ങലടിച്ചു: "മോനേ, എന്റെ മോനേ..."

വളഞ്ഞുകഴിഞ്ഞിരുന്ന ജനാലക്കമ്പികളിൽ മുറുകെപ്പിടിച്ചു ഞാൻ നിന്നു, വീഴാതിരിക്കാൻ.

അപ്പോൾ ആ തടിയൻ വടി ഉയർത്തി അമ്മയുടെ മുതുകിൽ തല്ലി.

"നീ കൈ മാറ്റിയില്ലെങ്കിൽ ഞാനിനീം തല്ലും." അവനലറി.

ഇവിടെ ഞാൻ വീണു. മുഖം പൊത്തിക്കിടന്നു.

എന്നെ ബന്ധിക്കുന്നത് ഈ ഇരുമ്പിൻ ചുള്ളികളല്ല. ഗർഭപാത്രത്തിൽ നിന്നൂറുന്ന കണ്ണീർക്കണങ്ങളാണ്. അവിടെയാണെന്റെ പതനം.

വിശപ്പാണ് എന്റെ രക്തത്തെ തിളപ്പിക്കുന്നത്. തൊണ്ടയിലിരുന്ന് അലറുന്നതും അഹങ്കാരമല്ല, അത് ആ കിളവിക്കറിയാം. ഈ തടിയനും.

പൊന്നും തൂശി തപ്പുന്ന മുത്തശ്ശിക്ക് ഭ്രാന്താണെന്ന് ഞാൻ പറഞ്ഞത് നേരാണ്. ദീർഘകാലം കാത്തിരുന്നു കണ്ടെത്തിയ സത്യമാണത്. ഈ മണ്ണിൽ കൈമോശം വന്നത് ഇവരുടെ ബുദ്ധിയാണ്. എത്ര അരിച്ചാലും അതു തിരിച്ചുകിട്ടില്ല. കിട്ടാതെ അവർ മടങ്ങുകയുമില്ല. ഒരു നേര് പറഞ്ഞത് നിഷേധമാണത്രെ.

ഞാൻ ഉപാസിച്ചാൽ എന്നെ ബലിയർപ്പിച്ചാൽ അവർക്കത് തിരിച്ചു കിട്ടുമോ. ഈ തടിയന്മാർക്ക് അന്നദാനം ചെയ്താൽ കാര്യസിദ്ധിയുണ്ടാകുമോ. ഇതൊക്കെ ആരു ചെവിക്കൊള്ളാൻ.

ഞാൻ സ്കൂളില് പഠിക്കുമ്പോഴാണ്. മൈതാനത്തിലൊരു പാമ്പാട്ടി വന്നു. ഒന്നിനുമീതെ ഒന്നായി അടുക്കിക്കെട്ടിയ പത്തു കുട്ടകളും ചുമന്നാണ് വന്നത്. അവന്റെ പൊണ്ടാട്ടി ഒരു കുട്ടനിറയെ പിള്ളേരെ നയിച്ചു കൊണ്ടും. ആൽത്തറയിൽ തീപൂട്ടി. അരി പൊങ്കി. കുളിരാറ്റി.

രാവിലെ ജനം സഞ്ചയിച്ചു. കുട്ടകൾ നിരത്തിവെച്ച് കളി തുടങ്ങി.

പാമ്പാട്ടികൾ കവിൾ വീർപ്പിച്ച് കുഴലൂതി കുട്ടയുടെ മൂടി പത്തി കൊണ്ടുയർത്തി പാമ്പുകൾ ഇഴഞ്ഞുവന്നു.

പലതരം സർപ്പങ്ങൾ. നാനാവർണ്ണമാർന്ന വെമ്പാലകൾ.

പാമ്പാട്ടിയുടെ കഴുത്തിൽ ഞരമ്പുകൾ എഴുന്നു. വിരലുകൾ ദ്രുതം ഉയർന്നുതാണു. അവന്റെ തല താളം പിടിച്ചു. ആ താളത്തിൽ പാമ്പുകളാടി. പാമ്പാട്ടിയുടെ മൂത്ത ചെക്കൻ ഒരു സർപ്പത്തെ കഴുത്തിൽ ചുറ്റി കൈയിൽ ചിരട്ടയുമേന്തി പരമശിവനായി മുന്നോട്ടുവന്നു.

പാമ്പ് അവന്റെ ചെവിക്കടുത്ത് പത്തിവിടർത്തി ഉയർന്നുനിന്നു ചീറി. കാണികളെ കൊതിയൂറുന്ന നാവുകളോടെ നോക്കി.

ചിരട്ടയിൽ നാണയങ്ങൾ വീണു. ചിരട്ട നിറഞ്ഞു. അപ്പോഴവൻ പാമ്പിനെ ഈരെഴത്തോർത്തു പോലെ തോളിൽ നിന്നെടുത്ത് നാലുകുടകുടഞ്ഞ് നിലത്തിട്ടു. സർപ്പം വാലൂന്നി നിന്നാടി. പാമ്പാട്ടി ഒരു പുതിയ

രാഗം ഊതി. ആ ഫണീന്ദ്രൻ പത്തിയൊതുക്കി താണു. ഇഴഞ്ഞു കുട്ടയിലൊളിച്ചു.

പാമ്പാടി രാഗം മാറ്റി കുഴലൂതി. ഓരോ രാഗവും ഓരോ പാമ്പിനെ കുട്ടയിലെത്തിച്ചു. കാണികൾ മടങ്ങി.

ചെക്കൻ പൈസ മടിയിൽ തട്ടി ചായക്കടയിലേക്കോടി. പലഹാര പ്പൊതിയുമായി തിരികെയോടി.

കൂടകൾക്കുള്ളിൽ പാമ്പുകൾ പുളഞ്ഞു. വയറു വീർത്തപ്പോൾ പാമ്പാട്ടി ബീഡി പുകച്ചു. പൊണ്ടാട്ടിയും.

വീണ്ടും കാണികളുണ്ടായി. പാമ്പാട്ടി കുഴലെടുത്തു.

ഞാനെല്ലാം നോക്കി ആൽത്തറയിലിരുന്നു.

പാമ്പുകൾ ഇഴഞ്ഞുവന്നു. ചെക്കന്റെ കപാലം നിറഞ്ഞു. അവൻ നാണയം കിലുക്കി രസിച്ചു.

ചായക്കടയിൽനിന്ന് വീണ്ടും പൊതിയെത്തി. സാമ്പാറിൽ ദോശ കുഴച്ചുരുട്ടി പരസ്പരമെറിഞ്ഞു കൊളന്തകൾ വിളയാടി. തമ്മിൽത്തല്ലി വ്യായാമം ചെയ്തു.

പിതാക്കൾ നോക്കി രസിച്ചിരുന്നു.

പിന്നെയും പിന്നെയും പുതിയ കാണികൾ.

എത്രതവണ ചിരട്ട നിറഞ്ഞു ചായക്കടയിലെ പണപ്പെട്ടിയിലേക്കൊഴുകി!

വെയിൽ പഴുത്തു; കൊഴിഞ്ഞു. സ്കൂൾ പൂട്ടി. ചന്ത പിരിഞ്ഞു. ഞാൻ ആൽത്തറയിൽനിന്നിളകിയില്ല.

ഒടുവിലൊരിക്കൽ കളി തീർന്നിട്ടും പാമ്പുകൾ പത്തി താഴ്ത്തിയില്ല. മടങ്ങിയില്ല. സംഘം ചേർന്ന് വാലൂന്നിനിന്നു ചീറി. അവയുടെ തീനാവുകൾ വായുവിൽ തിളച്ചു. ഫണമുയർത്തി നിലത്ത് ആഞ്ഞാഞ്ഞു കൊത്തി. “മക്കളുക്ക് പശി” പൊണ്ടാട്ടി കളിയാക്കി.

“ആമാമാ എൻ കൊഴന്തകളുക്ക് പശിക്ക്.” പാമ്പാട്ടിയും ചിരിച്ചു.

മൂത്ത ചെക്കൻ കാലിച്ചെരട്ട അവയ്ക്ക് നേരെ കമഴ്ത്തിക്കാട്ടി. “ടേയ്, പശങ്കളേ, ഒണ്ണും കെടയ്ക്കല്ലടാ....”

“ആമാ പൈസ ഒണ്ണും കെടയ്ക്കല്ലിയേ മക്കളേ... കൊഞ്ചമാക പൊറുത്തു വിട്. നാൻ പശിയകറ്റേൻ.. ടാ, രാമശുന്തരം എൻ മക്കളുക്ക് പശിയാറ്റടാ,” പാമ്പാട്ടി നീട്ടി നിർത്തി.

രാമാശുന്തരം ഒരു വെള്ളെലിയെ പലതായി നുറുക്കി കുട്ടകളിൽ വിതറി.

എന്നിട്ടും പാമ്പുകൾ പത്തിതാഴ്ത്തിയില്ല. അവ പാമ്പാട്ടിയുടെ നേരെ നാവു പിളർത്തിച്ചാടി തിമിർത്തു. ചീറി ആഞ്ഞു.

ഞാൻ പേടിച്ചു വിറച്ചു. എണീറ്റോടാൻ പോലും വയ്യാതെ ഭയന്നു പതുങ്ങിയിരുന്നു.

പാമ്പാട്ടി ഒരു പുമന്ദഹാസം പൊഴിച്ച് പുതിയൊരു രാഗമുതിർത്തു. പാമ്പുകളുടെ പത്തി താണു. ശരീരം നിലംപൊത്തി. അവ പ്രാണവേ

ദനയോടെ പുളഞ്ഞു. പാമ്പാട്ടി ആ രാഗം അല്പമൊന്ന് മാറ്റി . പാമ്പുകൾ തളർന്ന് തിരികെ ഇഴഞ്ഞു. കുട്ടകൾ ഉയർന്നടഞ്ഞു. സർവ്വം ഭദ്രം.

പാമ്പാട്ടി കുഴൽ വായുവിലെറിഞ്ഞു പിടിച്ച് പൊട്ടിച്ചിരിച്ചു.

"ഇതോ ഇന്ത്ര രാസക്കൊഴൽ"

വീണ്ടും വികൃതമായി ചിരിച്ചു. പൊട്ടാണ്ടിയും. പിള്ളേർ കൈയടിച്ചു. ചിരിച്ചു—''സബാഷ്."

വെശപ്പല്ലില്ലാപൈതങ്കൾ."

പൊണ്ടാട്ടി ചിറികോട്ടിച്ചൊല്ലി. പിള്ളേർ മണ്ണുവാരി കൂടകളിലേക്കെറിഞ്ഞട്ടഹസിച്ചു.

"വെശപ്പല്ല് ഇരുന്താ എനിക്കെന്നടീ? ... ഇന്ത കൊളലിരിക്കെ, ഏതു നാകരാശനെടീ? എന്ന പയമെടി ശിങ്കാരീ."

"ആമാമാ" കൊളന്തകൾ കൈയടിച്ചു കൂകി.

സന്തുഷ്ടകുടുംബം.

"നെറയെ പൈശ കെടച്ചുവിട്ടാൽ എൻ പൈതങ്കളുക്ക് നാൻ പാലും പളവും വാങ്കിക്കൊടുപ്പേൻ..... കേട്ടിയാടാ..." പാമ്പാട്ടി പ്രതിജ്ഞചെയ്തു.

കാണികൾ അപ്പോഴും പ്രവഹിച്ചെത്തിക്കൊണ്ടിരുന്നു. ഞാനെണീറ്റുനടന്നു.

മൂന്നാം ദിവസം രാവിലെ സ്കൂളിലെത്തുമ്പോഴും മൈതാനത്തിൽ ആൾക്കൂട്ടം. സന്തുഷ്ട കുടുംബം തറയിൽ നിരന്നു മലർന്നു കിടക്കുന്നു. പാമ്പാട്ടിക്കും പൊണ്ടാട്ടിക്കും ഇടയ്ക്ക് കൊളന്തകൾ. ആറു നീലിച്ച ശവങ്ങൾ. കൈയിലും മുഖത്തുമെല്ലാം രക്തം വാർന്ന ചിന്ന ചിന്ന മുറിവുകൾ.

എല്ലാ കൂടകളും തുറന്നുകിടന്നു. പാമ്പുകൾ ഇഴഞ്ഞുപോയ രേഖകൾ മണലിൽ. ജനം കണ്ണിമവെട്ടാതെ പകച്ചുനിന്നു. കളി കണ്ടുനിന്നവർ!

"വെശപ്പു വിഷപ്പല്ല് മുളപ്പിക്കുമായിരിക്കും." ഞാൻ പറഞ്ഞു.

ആ തത്ത്വം ആരും ചെവിക്കൊണ്ടില്ല.

നാലൗൺസ് കഞ്ഞി ജനാലപ്പടിയിലെത്തിയിരിക്കുന്നു. ആ തടിയനെ അടുത്തു വിളിച്ചു ഇതെടുത്താ ചീർത്ത മുഖത്തൊഴിക്കണം.

എനിക്കറിയാം. എല്ലാം അറിയാം.

പക്ഷേ, ഒന്നിനും വയ്യ. എന്റെ വിഷാദം ഞരമ്പുകളെഴുന്ന ആ കരിയിലയാണ്.

ജനലഴി വളച്ചുതുടങ്ങുമ്പോൾ തടിയനാ കരിയിലയും തൂക്കിവരും.

അവിടെ ഞാൻ പതറുന്നു. തളരുന്നു. ബന്ധനം അംഗീകരിച്ച് പത്തി താഴ്ത്തി ചുരുളുന്നു.

എഴുന്നു പുളയുന്ന ആ നീലക്കുഴലുകളിൽ തങ്ങുന്ന ഇത്തിരി ശ്വാസം മാത്രമാണ് എന്റെ പ്രശ്നം.

മഞ്ഞ്

യു പി ജയരാജ്

മഞ്ഞിന്റെ കട്ടിയുള്ള തിരശ്ശീലയ്ക്കുള്ളിൽ താഴെ തെരുവുകളും ജനക്കൂട്ടവും അപ്രത്യക്ഷമായി. ചെറിയ ചെറിയ വെള്ളാനക്കൂട്ടങ്ങളെപ്പോലെ മഞ്ഞ് ഞങ്ങളുടെ ജനാലകൾക്കരികിൽ അലയാൻ തുടങ്ങിയപ്പോൾ ഞങ്ങൾ ചില്ലുജാലകങ്ങൾ അടച്ചു. ഓ അതിന്റെ ഈ നശിച്ച ധവളിമ...

പുറത്തു മഞ്ഞ് പൊഴിയുകയായിരുന്നു. തുറന്നിട്ട ജനാലകളിലൂടെ ആദ്യം തണുത്ത കാറ്റ് ആഞ്ഞുവീശി. ഈ സീസണിൽ അത് തികച്ചും അസ്വാഭാവികം തന്നെയായിരുന്നു. എങ്കിലും എന്റെ കൂട്ടുകാരാരും തുടക്കത്തിൽ അത് ശ്രദ്ധിച്ചിരുന്നില്ല. ജോൺ ഉയർത്തിവെച്ച തലയിണയിൽ ചാരിക്കിടന്നു കാഫ്കയുടെയോ കിർക്കി ഗാഡിന്റെയോ—ഞാനതു വ്യക്തമായി ശ്രദ്ധിച്ചിരുന്നില്ല—ഒരു പുസ്തകം വായിച്ചുകൊണ്ടിരുന്നു. വേദങ്ങളിലെ സമത്വസങ്കല്പം എന്ന വിഷയത്തിൽ റിസർച്ചുചെയ്യുന്ന ദേവ് സുന്ദർ വിടർത്തിയിട്ട, പഴമയുടെ പുകനിറമുള്ള താളിയോലകളിൽ ദത്തശ്രദ്ധനായിരിക്കുകയായിരുന്നു. പ്രസാദ് പതിവുപോലെ മുറിയുടെ മൂലയിൽ ഒരിടത്തു വിരിച്ചിരുന്ന പുലിത്തോലിലിരുന്നു മയൂരാസനമോ സർവ്വാംഗാസനമോ പരിശീലിച്ചുകൊണ്ടിരുന്നു.

രാധാസലൂജക്കോ, പർവീൺ ബാബിക്കോ കൂടുതൽ വണ്ണിച്ച അരക്കെട്ട് എന്നതിനെപ്പറ്റി അധികാരിയും ദിനേശ്മേനോനും പരസ്പരം തർക്കിക്കുകയും വഴക്കടിക്കുകയുമായിരുന്നു.

ചിഞ്ചു പതിവുപോലെ അവന്റെ അഗാധമായ കണ്ണുകളിൽ നിർവ്വചിക്കാനാവാത്ത തണുപ്പും വ്യസനവും പ്രശാന്തതയുമായി ഒറ്റപ്പെട്ട ഒരു കോണിൽ മൗനം പൂണ്ടിരുന്നിരുന്നു.

ലോഡ്ജിലെ ഈ വിശാലമായ മുറിയുടെ പല ഭാഗങ്ങളിലുമായിരു

ന്നു. എല്ലാവരെയും സൂക്ഷ്മമായി ശ്രദ്ധിക്കാൻ എനിക്കുമുണ്ടായിരുന്നില്ല സാവകാശം. കാരണം കുറേ സമയമായി ഞാൻ നന്നെ അസ്വസ്ഥനായിരുന്നു. വിദൂരമായ ആകാശച്ചെരിവുകളിൽനിന്നും ഇരപിടിക്കുന്ന പൂച്ചയുടെ നിശ്ശബ്ദജാഗ്രതയോടെ മഞ്ഞിന്റെ പടലങ്ങൾ സാവധാനം മലനിരകളിലേക്കു ഊർന്നിറങ്ങുകയായിരുന്നു. നിശ്ചയമായും ഞങ്ങൾ സമതലങ്ങളിലെ നിവാസികൾ തന്നെ. എന്റെ കൂട്ടുകാർ, കൊടുമുടികളെയും മലനിരകളെയും കീഴടക്കുന്ന മഞ്ഞിന്റെ ഭീകരതയെപ്പറ്റി ഞാൻ സൂചന നല്കിയപ്പോഴും അത് തീരെ കാര്യമാക്കാതിരുന്നത് അതുകൊണ്ടായിരുന്നു. എന്നാൽ എനിക്കറിയാം. മലനിരകളെയുംകൊടുമുടികളെയും കീഴ്പ്പെടുത്തുകയും മരവിപ്പിക്കുകയും ചെയ്യുന്ന ശൈത്യം അധികം താമസിയാതെ സമതലങ്ങളെയും മൂടുമെന്ന് എനിക്കറിയാമായിരുന്നു.

എന്റെ ഈ നിഗമനത്തെയും സൂചനയെയും ജോൺ പരിഹാസത്തോടെ അവഗണിച്ചു തള്ളി. പ്രകൃതിശാസ്ത്ര വിദ്യാർത്ഥിയായിരുന്നു ജോൺ. “നിനക്കു ഭൂമിയുടെ നിമ്നോന്നതങ്ങളിൽ മഞ്ഞിന്റെ പ്രവർത്തനത്തെപ്പറ്റി ഒരു ചുക്കും അറിയില്ല.” അവൻ പറഞ്ഞു. ഞാനതു ഖണ്ഡിച്ചില്ല. കാരണം പ്രകൃതിശാസ്ത്രമല്ല, ചരിത്രമായിരുന്നു എന്റെ ഐച്ഛികവിഷയം.

അങ്ങനെയിരിക്കെ ദൂരെ പച്ചച്ചും നീലിച്ചുമിരുന്ന വയലേലകളും കുന്നുകളും പയ്യെപ്പയ്യെ ധവളമയമായിത്തീർന്നു. ഒരു ശ്മശാന ഭീകരതപോലെ ഒരു മരണാനന്തരശൂന്യതപോലെ, മഞ്ഞിന്റെ ഈ ധവളിമ നോക്കിനില്ക്കെ കൂടുതൽ കൂടുതൽ വ്യാപിക്കാനും തുടങ്ങി. നിങ്ങളുടെ മനസ്സിലെ സമസ്തചൈതന്യങ്ങളെയും മരവിപ്പിക്കുന്ന ജീവന്റെ ഓരോ അണുവും നശിപ്പിക്കുന്ന രീതിയിൽ വെള്ള ഭീകരത സൃഷ്ടിക്കുന്ന ഈ ശൈത്യത്തെയും മഞ്ഞിനെയും എങ്ങനെയാണ് വിവരിക്കുക?

കൊള്ളാം. അത് പീറ്റേഴ്സ്ബർഗ്ഗിലും മോസ്കോവിലും പണ്ടുപണ്ടു ഒരു കൊടുംശൈത്യകാലത്ത് പ്രത്യക്ഷമായിരുന്ന അതേ മഞ്ഞുതന്നെയായിരുന്നു. ബർലിനിലെ പുലരികളെയും സായാഹ്നങ്ങളെയും ഭീകരമായ ദുഃഖസ്മൃതികളാക്കിമാറ്റിക്കൊണ്ട് പണ്ടൊരിക്കൽ ജനജീവിതം സ്തംഭിപ്പിച്ച മഞ്ഞ്. സൗരയൂഥത്തിലെ ചലനനിയമങ്ങൾ അജ്ഞാതമായ ചില കാരണങ്ങളാൽ തെറ്റുമ്പോഴാവാം ഇടയ്ക്കൊക്കെ ഭൂമുഖത്തെ വ്യത്യസ്ത ദേശങ്ങളിൽ ഈ കൊടുംമഞ്ഞ് തേർവാഴ്ച നടത്തിയിട്ടുണ്ട്. മനുഷ്യനെയും പ്രകൃതിയെയും ഒരുപോലെ മരവിപ്പിച്ചുകൊണ്ട് എന്നോ ഒരിക്കൽ ചൈനയിലും തെക്കുകിഴക്കൻ ഏഷ്യയിലും താണ്ഡവനടനമാടിയ ഈ മഞ്ഞ് ധ്രുവപ്രദേശങ്ങളിലും സൂര്യനിൽനിന്ന് അകന്നുകിടക്കുന്ന വെളിച്ചം കേറാത്ത ഇരുണ്ടഭൂമികളിലും ഇന്നും മനുഷ്യനെ അതിക്രൂരമായി പീഡിപ്പിക്കുന്ന അതേ മഞ്ഞ്.

ഒരുപക്ഷേ, ഇങ്ങനെയും പറയാം. ധ്രുവപ്രദേശങ്ങളിലായാലും ഉഷ്ണമേഖലയിലായാലും കിഴക്കായാലും പടിഞ്ഞാറായാലും മഞ്ഞെന്നും മഞ്ഞുതന്നെയായിരുന്നു. അതെന്നും കർശനമായ താക്കീ

തുകളും കടുത്ത ഭീഷണികളും ഉൾക്കൊണ്ടിരുന്നു. മലനിരകളെ വെല്ലുവിളിക്കുന്ന വൻമരങ്ങൾ മുതൽ മുളപൊട്ടാനൊരുങ്ങുന്ന പുൽത്തുരുമ്പുകൾവരെ എല്ലാം എന്നും, ഈ മാരകമായ മഞ്ഞിന്റെ അപ്രതീക്ഷിതമായ ആക്രമണത്തിൽ നടുങ്ങി വിറച്ചു പോവുന്നു.

എങ്കിലും ഞാനിങ്ങനെയും വിചാരിക്കുന്നു. തുറന്നിട്ട ചില്ലുജാലകത്തിലൂടെ എല്ലുപോലും മരവിപ്പിക്കുന്ന ശീതക്കാറ്റേറ്റുകൊണ്ട് പുറത്തെ മാരകമായ മഞ്ഞിന്റെ കോട്ടയിലേക്ക് പകച്ചുനോക്കുമ്പോൾ നിങ്ങളെ ആശ്വസിപ്പിക്കുന്ന ഒരേയൊരു വിചാരമേയുള്ളൂ. അത് മറ്റെന്തിനുമെന്നപോലെ, മഞ്ഞിനെതിരെയും മനുഷ്യൻ ഒരിക്കലും നിരുപാധികം കീഴടങ്ങിയിട്ടില്ലെന്നും, കഠിനമായ ചെറുത്തുനില്പിലൂടെ പ്രകൃതിയുടെ എല്ലാ രൂക്ഷതകളെയും അവനെന്നും തോല്പിച്ചിട്ടുണ്ട് എന്നതുമാണ്.

ഒരു കൂറ്റൻ മത്സ്യത്തെ വേട്ടയാടാനായി സംഹാരരുദ്രയായി ആർത്തിരമ്പുന്ന പുറംകടലിൽ, ഒരു കൊച്ചുവള്ളത്തിൽ, ദിനരാത്രങ്ങളോളം ആഹാരം പോലുമില്ലാതെ അലഞ്ഞുതിരിഞ്ഞു, ഒടുവിൽ വിശക്കുന്ന സ്രാവുകൾ കാർന്നുതീർത്ത മത്സ്യത്തിന്റെ അസ്ഥികൂടവുമായി കരയിൽ തിരിച്ചെത്തി. വിശപ്പും ക്ഷീണവും കാരണം അവശമായ ശരീരവുമായി തന്റെ കുടിലിനുള്ളിലേക്ക് നുഴഞ്ഞുകയറി തളർന്നുവീണു കിടന്നുറങ്ങുമ്പോൾ ആഫ്രിക്കൻ വനാന്തരങ്ങളിൽ സിംഹങ്ങളെ വേട്ടയാടുന്നത് സ്വപ്നം കണ്ടുകൊണ്ട് ഉറക്കത്തിൽ പുഞ്ചിരിപൊഴിച്ച് * സാന്തിയാഗോ എന്ന കിഴവൻ അപ്പോഴെല്ലാം എന്റെ മനസ്സിൽ നിവർന്നുനിന്ന് പൊട്ടിച്ചിരിക്കുന്നു.

എന്നാൽ പുറത്തിപ്പോൾ സ്ഥിതിഗതികൾ പിന്നെയും മാറിത്തുടങ്ങിയിരുന്നു. മഞ്ഞിന്റെ കട്ടിയുള്ള തിരശ്ശീലയ്ക്കുള്ളിൽ താഴെ തെരുവുകളും ജനക്കൂട്ടവും അപ്രത്യക്ഷമായി. ചെറിയ ചെറിയ വെള്ളാനക്കൂട്ടങ്ങളെപ്പോലെ മഞ്ഞ് ഞങ്ങളുടെ ജനാലകൾക്കരികിൽ അലയാൻ തുടങ്ങിയപ്പോൾ ഞങ്ങൾ ചില്ലുജാലകങ്ങൾ അടച്ചു. ഓ അതിന്റെ ഈ നശിച്ച ധവളിമ! ശൈത്യം ഞങ്ങളുടെ മുറിയിലും നിറഞ്ഞു കഴിഞ്ഞിരുന്നു. എന്റെ കൂട്ടുകാരെല്ലാം ദുഃസ്വപ്നംകണ്ട് ഞെട്ടിയുണർന്നവരെപ്പോലെ നിവർന്നിരുന്ന് പുറത്തേക്ക് നോക്കുകയായിരുന്നു. അവരുടെ ഭീതികൊണ്ട് വിളറിയ മുഖങ്ങളിലും ശൈത്യം കല്ലിക്കുന്നത് ഞാൻ നോക്കിക്കണ്ടു. പുറത്ത്, കണ്ണുകളുയർത്തിയാൽ കാണാവുന്ന ആകാശത്തിന്റെ ഉന്നതങ്ങളിൽ മാത്രം, അന്തരീക്ഷം ഇപ്പോഴും തെളിഞ്ഞുതന്നെയിരുന്നു.

എനിക്ക് തമാശയാണ് തോന്നിയത്. എന്റെ ഈ ചങ്ങാതികൾ എന്തുതരം കൂട്ടരാണ്! എത്രയോ നേരമായി കാലാവസ്ഥ ഒരു മാറ്റത്തിന്റെ സൂചനകൾ പ്രകടിപ്പിച്ചുകൊണ്ടിരുന്നിട്ടും, ഞാനവർക്ക് മുൻകൂട്ടിത്തന്നെ ശൈത്യത്തിന്റെ വരവിനെപ്പറ്റി ആപ്തസൂചനകൾ നല്കിയിട്ടും തെല്ലും കൗതുകം കാണിക്കാതിരുന്ന ഇവർ പെട്ടെന്നിങ്ങനെ ഭീരുക്കളെപ്പോലെ

---

* ഹെമിങ്‌വെയുടെ *കിഴവനും കടലും* എന്ന നോവലിലെ കഥാപാത്രം.

വിളറിവെളുക്കുന്നതെന്തിന്?

പോരെങ്കിൽ ഈ ശൈത്യം തീർത്തും, അസ്വാഭാവികമായ ഈ കോടമഞ്ഞ്, ഒരു നല്ല കാര്യവുമാണ്. മഞ്ഞുരുകി പ്രകൃതി സാധാരണ നില വീണ്ടെടുക്കുന്നതുവരെ ഞങ്ങൾക്കിനി കോളെജിലേക്ക് പോവേണ്ടതില്ല. ലോഡ്ജ് വിട്ട് ഇറങ്ങേണ്ടതുതന്നെയില്ല. കാരണം ഞങ്ങൾ ഭക്ഷണം കഴിക്കുന്ന ഹോട്ടൽ ലോഡ്ജിന്റെ താഴെത്തന്നെയാണ്; താഴേക്കിറങ്ങാനുള്ള കോണിപ്പടികൾ കെട്ടിടത്തിന്റെ ഉൾവശത്താണുതാനും.

അപ്പോൾ സുഖം. ഞാൻ കരുതി. കുര്യനെന്നും ചട്ടോപാദ്ധ്യായ എന്നും വാര്യരെന്നും രാമണ്ണ എന്നും പേരുകളുള്ള ലക്ചറർമാരുടെ വായിൽനിന്ന് തെറിക്കുന്ന വാക്കുകളും തുപ്പലുമേറ്റു ചൂളിപ്പിടിച്ചിരിക്കാതെ കുറച്ചു ദിവസങ്ങൾ ഞങ്ങൾക്കിനി സ്വസ്ഥമായിക്കഴിയാമല്ലോ. എങ്കിലും ഒളിച്ചുവയ്ക്കുന്നില്ല. എനിക്കെന്തുകൊണ്ടോ അകാരണമായ ഒരു ഭീതി തോന്നുന്നു. അകാലത്തിൽ പതിവിൽ നിന്ന് വ്യത്യസ്തമായി, പ്രത്യക്ഷപ്പെട്ടു നോക്കെത്താവുന്നിടത്തോളം പരന്നുകിടക്കുന്ന ഈ മഞ്ഞ് എന്തൊക്കെയോ അനർത്ഥങ്ങളെ ഗർഭം ധരിച്ചതായി ഞാൻ ഭയക്കുന്നു.

പെട്ടെന്ന് കോണിപ്പടികൾ ശബ്ദിച്ചു. ഞാൻ തിരിഞ്ഞുനോക്കി. ആവി പൊങ്ങുന്ന കെറ്റിലുമായി താഴത്തെ ഹോട്ടലിൽ നിന്നും ചായ കൊണ്ടുവരുന്നു സപ്ലയർ കണാരി. എന്റെ കൂട്ടുകാരുടെ സ്തോഭപൂർണ്ണമായ മുഖങ്ങളിൽ—ഓർക്കുക, ശൈത്യത്തിലെ ചൂടുചായ—ഒരു നേരിയ മന്ദസ്മിതം വിരിഞ്ഞു.

എല്ലാവരുടെ മുന്നിലും ഗ്ലാസുകൾ നിരത്തി കണാരി ചായ ഒഴിച്ചു. ആവി പൊങ്ങുന്ന ഗ്ലാസ് കൈയിലുയർത്തി ഞാൻ ആസ്വാദ്യമായ ഗന്ധം നുകർന്നുകൊണ്ട് ഒരു കവിൾ ഇറക്കി. പെട്ടെന്ന് എന്റെ മുഖം വക്രിച്ചു. നോക്കുമ്പോൾ എന്റെ എല്ലാ കൂട്ടുകാരും വക്രിച്ച മുഖവുമായി ഗ്ലാസിലേക്ക് തുറിച്ചു നോക്കുകയാണ്.

“കണാരീ, ഇതെന്താണ്? ചായയ്ക്ക് മധുരം...”

“നഗരത്തിൽ മഞ്ഞു പരന്നതോടുകൂടി ചായയുടെ വില പാതിയാക്കിയതായി മുതലാളി അറിയിക്കുന്നു.”

ഒരുതരം വിചിത്രമായ ഗൗരവത്തോടെ കണാരി പെട്ടെന്നു പറഞ്ഞു:

“പക്ഷേ, ഇതിൽ പഞ്ചസാര ഒട്ടുമില്ലല്ലോ.”

“നവ ശൈത്യകാലം തുടങ്ങിയതു മുതൽ പഞ്ചസാരയില്ലാത്ത ചായയാണ് ഏറ്റവും മേത്തരമെന്ന് മുതലാളി അറിയിക്കുന്നു.”

ഒരുതരം നിഷ്ഠുരമായ ഗൗരവത്തോടെ കണാരി പറഞ്ഞു. ഞാൻ കണാരിയുടെ മുഖത്തേക്ക് വിസ്മയത്തോടെ നോക്കി. അമ്പേ, എന്തൊരു ഗൗരവം !

പിന്നെ ഞങ്ങൾ വക്രിച്ച മുഖത്തോടെ ഗ്ലാസ് കാലിയാക്കി. കണക്കുപുസ്തകത്തിൽ പുതിയ നിരക്കിൽ പറ്റ് രേഖപ്പെടുത്തി. കോണിപ്പടികളെ കരയിച്ചുകൊണ്ട് കണാരി അപ്രത്യക്ഷമായി. മജ്ജവരെ തുളച്ചുകയറുന്ന ഈ നശിച്ച ശൈത്യം. നോക്കെത്താവുന്നിടത്തോളം ഒന്നും

കാണാനുമില്ല. എങ്ങനെ ഈ വിരസതയിൽനിന്ന് രക്ഷപ്പെടും?

പക്ഷേ, ഓർക്കുക. പ്രകൃതിയുടെ ചാക്രിക പരിവർത്തനങ്ങളിൽ ഒരിടത്തും നിശ്ചലത എന്ന അവസ്ഥയില്ല. പ്രകൃതിശാസ്ത്രം പഠിച്ചിട്ടില്ലെങ്കിലും ഇക്കഥ എനിക്കുമറിയാം. എല്ലാം സദാ ചലിച്ചുകൊണ്ടിരിക്കുന്നു. മാറ്റത്തിനു വിധേയമായിക്കൊണ്ടിരിക്കുന്നു. എല്ലാം അസ്തമിച്ചു എന്നു തോന്നിയ ശൈത്യത്തിന്റെ ഈ വിരസതയിൽ ആകാശത്തിന്റെ മേൽഭാഗത്തുനിന്നായി ഉയർന്ന് ഞങ്ങളുടെ ശ്രദ്ധയെ ആകർഷിച്ച വിചിത്ര ശബ്ദം ഇക്കാര്യമായിരിക്കാം ഞങ്ങളെ ഓർമ്മിപ്പിച്ചത്.

"അത് ഞങ്ങളുടെ ഉള്ളിൽ തീവ്രമായ ജിജ്ഞാസ ഉണർത്തിയ ഒരു വിചിത്ര ശബ്ദമായിരുന്നു. കർക്കിടകവാവിന്റെ അന്ന്, ബലിക്കാക്കകളായി ഭൂമിയിലേക്കു തിരിച്ചുവരുന്ന പിതൃക്കൾക്ക് ബലിയിട്ടുകൊണ്ട് എന്റെ ബാല്യകാലത്ത് ഞങ്ങൾ ഈറൻ കൈകൾ പരസ്പരം ആഞ്ഞു കൊട്ടി ശബ്ദമുണ്ടാക്കുന്ന കാര്യമാണ് എനിക്കോർമ്മവന്നത്." മഴക്കാലത്ത് ഒരു യാത്ര കഴിഞ്ഞ് തിരിച്ചെത്തിയ ശേഷം ചവിട്ടുകല്ലിൽനിന്നുകൊണ്ട് മഴക്കോട്ട് ആഞ്ഞുവീശുമ്പോഴുള്ള ശബ്ദംപോലെയുണ്ട്;" ജോൺ പറഞ്ഞു. ഞാൻ ഒരിക്കൽകേട്ട മലയോര വാസികളുടെ നൃത്തത്തിന്റെ പ്രാകൃതവാദ്യ ശബ്ദത്തോടു അതിന് സാദൃശ്യമുള്ളതായി തോന്നുന്നു. ദേവ്സുന്ദർ അങ്ങനെയാണ് പറഞ്ഞത്.

പക്ഷേ, ഞങ്ങൾക്കധികം വിസ്മയിക്കേണ്ടിവന്നില്ല. മഞ്ഞിന്റെ കനത്ത പാളികളിൽ ആമോദത്തോടെ നീന്തിത്തുടിച്ചുകൊണ്ടു കഴുകന്റേതുപോലെ ഭീമാകാരമായ ശരീരവും എന്നാൽ പ്രാവിന്റേതുപോലെ വെള്ളത്തൂവലുകളുമുള്ള ഒരുതരം വിചിത്രരായ പക്ഷികൾ പ്രത്യക്ഷരായി. നോക്കിയിരിക്കെ അവ കൂട്ടംചേർന്നും ഒറ്റതിരിഞ്ഞും ഊളിയിട്ടുകൊണ്ടും ആകാശം മുഴുവൻ പരന്നു. ഞങ്ങളുടെ അടഞ്ഞുകിടക്കുന്ന ചില്ലുജാലകങ്ങളിൽ ഭീഷണമായ ശബ്ദത്തോടെ അവ ആഞ്ഞുകൊത്തി.

എന്റെ വിസ്മയത്തിനതിരില്ലായിരുന്നു. മനുഷ്യരുടെ കാര്യം പോവട്ടെ. പുറത്തെ വൃക്ഷക്കൊമ്പുകളിൽ സദാ വന്നിരിക്കാറുള്ള കാക്കകളും ഞങ്ങളുടെ മച്ചിൻപുറത്തിരുന്നു കുറുകാറുള്ള എണ്ണമില്ലാത്ത പ്രാവുകളും ഒരിക്കലും അടങ്ങിയിരിക്കാതെ മുറിയിലവിടവിടെ ചിലച്ചുനടക്കാറുള്ള മൈനകളുമടക്കം എല്ലാം എത്രയോ നേരമായി അപ്രത്യക്ഷരായിരുന്നു. അവ ഒന്നുകിൽ മഞ്ഞിനടിയിൽ പെട്ടുപോയിരുന്നു. ഇല്ലെങ്കിൽ മഞ്ഞെത്താത്ത വിദൂരതയിലേക്കു പറന്നുപോയിരുന്നു. അങ്ങനെയിരിക്കെ ഞങ്ങളൊരിക്കലും കണ്ടിട്ടില്ലാത്ത കഴുകന്റെ മുഖവും പ്രാവിന്റെ തൂവലുകളുമുള്ള ഈ പക്ഷികൾ എവിടെനിന്നുവന്നു?

"ഡിറ്റന്റസ്"

പെട്ടെന്ന് ഞാൻ അധികാരിയുടെ സ്വരം കേട്ടു. അതു ഒരുതരം ആപത്സൂചന കലർന്ന സംഭ്രമശബ്ദമായിരുന്നു. ജന്തുശാസ്ത്രത്തിൽ ബിരുദാനന്തര പഠനം നടത്തുന്ന അധികാരിയുടെ നേരെ എല്ലാ കണ്ണുകളും തിരിഞ്ഞു.

"പറയൂ. പറയൂ. എന്താണത്?"

"ഡിറ്റന്റ്സ്" ആകുലമായ ശബ്ദങ്ങളിൽ അധികാരി പറഞ്ഞു. "സൈബീരിയയാണ് ഈ പക്ഷിയുടെ ജന്മദേശം. മഞ്ഞേറ്റു മരവിച്ചു മൃതിയടയുന്ന ശവശരീരങ്ങൾ മാത്രമേ അവ ഭക്ഷിക്കൂ."

"പക്ഷേ, അവ എങ്ങനെ ഇവിടെയെത്തി. "

അത് എന്നെ ആശ്ചര്യപ്പെടുത്തുമാറ് ചിഞ്ചുവിന്റെ സ്വരമായിരുന്നു. മഞ്ഞിന്റെ കൊടും ക്രൂരത ചിഞ്ചുവിനെപ്പോലും ഉൽക്കണ്ഠാകുലനാക്കി യിരിക്കുന്നു!

"സൗരയൂഥത്തിന്റെ ചലനനിയമങ്ങളിൽ വ്യത്യാസം സംഭവിക്കു കയും ചില പ്രത്യേക ഭൂഭാഗങ്ങൾ പൊടുന്നനെ മഞ്ഞുമൂടുകയും ചെയ്യു മ്പോൾ ഈ പക്ഷികൾ അങ്ങോട്ടാകർഷിക്കപ്പെടുന്നു. അത്തരം സ്ഥല ങ്ങളിൽ മഞ്ഞേറ്റുമരവിച്ചു മൃതിയടയുന്നവരുടെ ശവശരീരങ്ങൾ സുല ഭമായിരിക്കും എന്നതാണ് കാരണം."

ലേശം ആധികാരികത തോന്നിക്കുന്ന ഒരു പ്രത്യേക ശൈലിയി ലായിരുന്നു അധികാരി അതു പറഞ്ഞത്. ക്ലാസ് മുറിയിലെ ഉയർത്തി ക്കെട്ടിയ പ്ലാറ്റ്ഫോമിൽ ചോക്കുകഷണങ്ങൾ കൈയിലിട്ടുരുട്ടിക്കൊണ്ട് നടന്നു ലക്ചർ നല്കുന്ന അദ്ധ്യാപകന്റെ ഭാവം അധികാരിയുടെ കണ്ണു കളിൽ തിളങ്ങുന്നതു ഞാൻ താല്പര്യത്തോടെ ശ്രദ്ധിച്ചു.

"പക്ഷേ, ദുരാഗ്രഹികളായ ഈ പക്ഷികളുടെ അത്രതന്നെ ദുരന്ത മയമായ ഒരു തലവിധിയുമുണ്ട്. ജന്മദേശമായ സൈബീരിയ വിട്ടു ശവ ശരീരങ്ങൾക്കുളള അത്യാർത്തിയോടെ അതിർത്തികൾ അതിക്രമിക്കുന്ന ഈ പക്ഷികൾ പിന്നെ ജീവനോടെ സ്വദേശത്തേക്കു തിരിച്ചു ചെല്ലുന്നി ല്ല. ഋതുചക്രങ്ങളിലെ ചില അസാധാരണ വ്യതിയാനങ്ങൾ കൊണ്ടു സംഭവിക്കുന്ന ഈ മഞ്ഞ് അധികകാലം നിലനില്ക്കുന്നില്ല എന്നതാണ് കാരണം. ശവശരീരങ്ങളെ കൊത്തിത്തിന്നുന്ന ആർത്തിയിൽ, പിറകിൽ മഞ്ഞുമലകളെ പിളർന്നുകൊണ്ട് സൂര്യൻ പ്രത്യക്ഷമാവുന്നത് അവ ഒരി ക്കലും ശ്രദ്ധിക്കുകയില്ല. പെട്ടെന്ന് താപനില വർദ്ധിക്കുകയും മഞ്ഞുരു കുകയും ചെയ്യുമ്പോൾ ശൈത്യത്തിൽ മാത്രം ജീവിക്കുന്ന ഈ പക്ഷി കൾ അതിവേഗം മൃതിയടയുന്നു. ഉദിച്ചുയർന്ന സൂര്യനെ അഭിവാദ്യം ചെയ്തുകൊണ്ട് ഓടിച്ചാടി നടക്കുന്ന പിഞ്ചുകുഞ്ഞുങ്ങളുടെ കളിക്കോ പ്പുകളായി കാലത്തിന്റെ മാപ്പുസാക്ഷികളെപ്പോലെ ഈ പക്ഷികളുടെ ഭീമാകാരമായ അസ്ഥികൂടങ്ങൾ മാത്രം പിന്നെയും കുറേക്കാലം അവ ശേഷിക്കുന്നു."

പേരുപോലെ, ആകൃതിപോലെ വിചിത്രമായ ഈ പക്ഷികളുടെ സ്വഭാവരീതികൾ ചില്ലുജാലകത്തിലൂടെ, മഞ്ഞിന്റെ അവ്യക്ത തിരശ്ശീല കളിലൂടെ ഞങ്ങൾ ശ്രദ്ധിക്കാൻ തുടങ്ങി. പെട്ടെന്ന് ഞങ്ങളിലാരോ ദീന മായ ഒരാക്രോശസ്വരം പുറപ്പെടുവിച്ചു. ഉവ്വ്. അധികാരി പറഞ്ഞതത്രയും ശരിയായിരുന്നു. താഴെ മഞ്ഞിൻ കൂമ്പാരത്തിലേക്കൂളിയിട്ട് പൊങ്ങിപ്പറ ക്കുന്ന എണ്ണമില്ലാത്ത പക്ഷികളിൽ ഓരോന്നിന്റെയും കാൽനഖങ്ങളിലും

കൊക്കുകളിലുമായി ഓരോ മൃതശരീരങ്ങൾ കുരുങ്ങിക്കിടന്നിരുന്നു. ആ കാഴ്ച ഞങ്ങളെ നടുക്കി. പുറത്ത്, മഞ്ഞിന്റെ പൈശാചികമായ ധവളിമയ്ക്കുകീഴെ ഈശ്വരാ! എത്രയെത്ര മൃതശരീരങ്ങൾ...

അപ്പോൾ താഴെ തീൻമുറിയിൽനിന്ന് ഞങ്ങളെ ഉച്ചഭക്ഷണത്തിന് വിളിക്കുന്ന മണിമുഴങ്ങി. ഞങ്ങൾ നിശ്ശബ്ദരായി കോണിപ്പടികളിറങ്ങി. തീൻമുറിയിലെ മേശപ്പുറത്ത് ഇലയും ഗ്ലാസ്സിൽ വെള്ളവും നിരത്തി ബട്ലറുടെ തലപ്പാവണിഞ്ഞ കണാരി നിന്നിരുന്നു.

കൈകഴുകി. ഗ്ലാസിലെ വെള്ളം ഒരിറക്കുകുടിച്ചു. ഇലകൾ തുടച്ചു വൃത്തിയാക്കി ഒരുതരം ചിന്താമഗ്നതയോടെ ഞങ്ങൾ കാത്തിരുന്നു. ഉള്ളിലേക്കുപോയ കണാരി പതിവിലേറെ സമയം കഴിഞ്ഞാണ് തിരിച്ചുവന്നത് എന്ന് വിശപ്പിന്റെ കാഠിന്യംകൊണ്ട് എനിക്കു തോന്നിയതായിരിക്കാം.

“നവശൈത്യകാലം തുടങ്ങിയതുമുതൽ ഉച്ചഭക്ഷണം സൗജന്യമാക്കിയതായി മുതലാളി അറിയിക്കുന്നു.” രാവിലെ മുതൽ ഞങ്ങൾ കണാരിയിൽ കണ്ടുതുടങ്ങിയിരുന്ന ഭാവപ്പകർച്ച നിലനിർത്തിക്കൊണ്ട് കണാരി പറഞ്ഞു. “പറ്റിൽ എല്ലാവരും സൗജന്യം എന്നെഴുതേണ്ടതാണ്. ”

“വിലയ്ക്കോ, വിലയില്ലാതെയോ” അക്ഷമയോടെ ദേവ്സുന്ദർ പറഞ്ഞു. “പോയി ഉടനെ ഊണുകൊണ്ടുവരൂ.”

കണാരി അകത്തേക്കു പോയി. അല്പ സമയം കഴിഞ്ഞ് ഒഴിഞ്ഞ ട്രേയുമായി തിരിച്ചുവന്നുകൊണ്ട് അതേ ഗൗരവത്തോടെ അവൻ പറഞ്ഞു.

“ഒഴിവാക്കാനാവാത്ത ചില സാങ്കേതിക കാരണങ്ങളാൽ ഉച്ചയ്ക്കത്തെ ഊൺ ഉണ്ടായിരിക്കുന്നതല്ല എന്നു മുതലാളി അറിയിക്കുന്നു. ക്ലേശങ്ങളുടെ പേരിൽ ക്ഷമ.”

ഞങ്ങൾ തലയുയർത്തി പരസ്പരം കണ്ണിൽ കണ്ണിൽ നോക്കിയ ശേഷം ഗ്ലാസിലെ വെള്ളം അവസാനത്തെ തുള്ളിവരെ വലിച്ചുകുടിച്ച ശേഷം പറ്റുകണക്കിൽ സൗജന്യഭക്ഷണം വരവുവെച്ച ശേഷം നിശ്ശബ്ദരായി കോണിപ്പടികൾ കയറി.

ആമാശയത്തിൽ വിശപ്പ് ആളിക്കത്തുന്നു. പുറത്ത് കൊടും ശൈത്യം തേർവാഴ്ച നടത്തുന്നു. അടഞ്ഞ ചില്ലുജാലകത്തിലൂടെ നിർന്നിമേഷരും അക്ഷമരുമായി ഞങ്ങൾ പുറത്തേക്കു നോക്കി. എന്റെ കൂട്ടുകാരുടെ മനോഭാവത്തിൽ വന്ന പ്രകടമായ മാറ്റം ഞാൻ ശ്രദ്ധിക്കുന്നു. രാവിലെ വിദൂരപർവ്വതപ്രാന്തങ്ങളിൽ മഞ്ഞുപൊഴിയുന്നത് ഉൽക്കണ്ഠയോടെ നോക്കിക്കണ്ടത് ഞാനൊറ്റയ്ക്കായിരുന്നു. എന്റെ കൂട്ടുകാർ ഒട്ടും താല്പര്യം പ്രകടിപ്പിച്ചിരുന്നില്ല. എന്നാൽ ഇപ്പോൾ ഒരാളില്ലാതെ ഞങ്ങളെല്ലാം പുറത്തെ മഞ്ഞിന്റെ കോട്ടയിലേക്കും അതിനുമുകളിൽ ശവശരീരങ്ങൾ കൊത്തിപ്പറിച്ചുകൊണ്ട് പറന്നുനടക്കുന്ന അല്പായുസ്സായ ഡിറ്റന്റസ് പക്ഷികളിലേക്കും നോക്കിക്കൊണ്ട് എന്തൊക്കെയോ പ്രതീക്ഷിച്ചുകൊണ്ട് അസ്വസ്ഥരെങ്കിലും ഒട്ടും നിരാശരാവാതെ അക്ഷമരായി കാത്തു

നില്ക്കുകയാണ്.

പുറത്ത് കൊടുംശൈത്യമുണ്ട്. മഞ്ഞുണ്ട്. ശവംതീനികളായ ഡിറ്റന്റ്സ് പക്ഷികളുമുണ്ട്. എങ്കിലും വെല്ലുവിളികളെ ഒരു നായാട്ടുകാരന്റെ മനഃസ്ഥൈര്യത്തോടെ നേരിടുകയും പരാജയങ്ങൾക്ക് മുന്നിൽ ഒരിക്കലും കീഴടങ്ങാതിരിക്കുകയും ചെയ്യുന്ന സാന്തിയാഗോ എന്ന മുക്കുവന്റെ പൗരുഷവും കൂസലില്ലായ്മയും നിറഞ്ഞ ധീരമായ പുഞ്ചിരി ഞങ്ങളുടെ ഉള്ളിൽ പിന്നെയും പൊട്ടിച്ചിതറുകയാണ്.

തീർത്ഥാടനത്തിലെ വഴികാട്ടികൾ

സി വി ബാലകൃഷ്ണൻ

ജനങ്ങൾക്കുവേണ്ടി മരിക്കുന്നത് തായ് പർവ്വതത്തെക്കാളും കനമുള്ളതാണ്, എന്നാൽ ഫാസിസ്റ്റുകൾക്കുവേണ്ടി പ്രവർത്തിക്കുന്നതും ചൂഷകർക്കും മർദ്ദകർക്കും വേണ്ടി മരിക്കുന്നതും ഒരു തൂവലിനെക്കാൾ കനം കുറഞ്ഞതാണ്.

–മാവോ സേ–തുങ്ങ്

അയാളുടെ ബാല്യകാല സുഹൃത്ത് എഴുപത് കഴിഞ്ഞ ഒരു വൃദ്ധനായിരുന്നു.

ചങ്ങാതിയായി അയാൾക്ക് മറ്റാരും ഉണ്ടായിരുന്നില്ല, കേളുച്ചനല്ലാതെ. മുടിയുടെ നരച്ച വൃത്തത്തിൽ പൊൻ കുടുമയും നെറ്റിയിൽ ഭസ്മക്കുറിയും കാതുകളിൽ നിറം മങ്ങിയ കടുക്കനും വെളുപ്പും കറുപ്പും മേളിച്ച കൺപുരികങ്ങളും ചിരിക്കുമ്പോൾ തെളിയുന്ന തൊണ്ണുകളും വലതു കൈയിൽ വെള്ളി വളയുമുള്ള ആ വൃദ്ധനല്ലാതെ.

"ഇത് വളയല്ല മോനേ" അകലെ, പക്ഷേ, അരികെ നിന്ന് കേളുച്ചൻ തിരുത്തുന്നു: "മുദ്രയാണ്"

മുദ്ര. ഏഴു വയസ്സുകാരൻ ഉരുവിട്ടു.

"പഴനിവേലായുധന്റെ മുദ്രയാ. പഴനീല് പോയി മുദ്ര സമർപ്പിച്ചു മരിച്ചാലേ കേളുച്ചന് ശാന്തികിട്ടുള്ളൂ"

"പഴനീയെവ്ട്യാ?" ചോദിച്ചു

"ഒരുപാട് ദൂരെ."

"പോയിറ്റുണ്ടോ" കണ്ണുകളിലേക്ക് നോക്കി.

"ഇല്ല." കേളുച്ചൻ പറഞ്ഞു: "പോകണം"

"ഞാൻ വലുതായാല് കേളുച്ചനെ കൊണ്ടോവും." കുട്ടി

വിശ്വസിപ്പിച്ചു.

കേളുച്ചൻ അവന്റെ മെലിഞ്ഞ തുടയിൽ താളം കൊട്ടി

“നല്ല മോൻ, എനിക്കാരാ ഉള്ളത് മോനല്ലാണ്ട്.”

കേളുച്ചന് ആരുമില്ലായിരുന്നു. മകൾ കല്യാണിക്കുട്ടി ഒരു മാപ്പിളയുടെ കൂടെ മംഗലാപുരത്തേക്ക് ഓടിപ്പോയി. പിന്നീട് അവളെക്കുറിച്ച് ഒന്നുമറിഞ്ഞില്ല. അവൾ വിസ്മൃതിയിൽ കലർന്നു.

കേളുച്ചൻ ഏകനായി അയൽപക്കത്ത് താമസിച്ചു. പഴനിയിലേക്കുള്ള തീർത്ഥാടകർ മാത്രമായി കേളുച്ചന്റെ സന്ദർശകർ. അവർ ശംഖുവിളിച്ചും ഭസ്മം നല്കിയും മയിൽപ്പീലി വീശിയും കേളുച്ചനെ ആശ്വസിപ്പിച്ചു. കേളുച്ചനെ കാണാതെ ഒരു കാവിയുടുപ്പുകാരനും കടന്നു പോയില്ല. കേളുച്ചന്റെ നാമം ചൊല്ലാൽ കേൾക്കാതെ ഒരു സന്ധ്യയും പ്രഭാതവും കടന്നു പോയില്ല.

ചില രാത്രികളിൽ കേളുച്ചൻ ഉറക്കെ, വിടവുകളില്ലാതെ, പാടുമായിരുന്നു. മഹാഭാഗവതമാണ് പാടുന്നതെന്ന് അച്ഛൻ പറഞ്ഞു. കേളുച്ചന് അതുമുഴുവൻ കാണാപ്പാഠമാണത്രെ. അച്ഛൻ പുസ്തകക്കൂട്ടത്തിലെ ബൃഹദ്ഗ്രന്ഥത്തിലേക്ക് വിരൽ ചൂണ്ടിയപ്പോൾ കുട്ടിക്ക് അത്ഭുതത്തിന്റെ ഒരു നിലവറ സ്വന്തമായി. ഇരുട്ടുകളിൽ അവൻ തെന്നി വീണു. “സാരമില്ല” കേളുച്ചൻ വാത്സല്യത്തോടെ പിടിച്ചുയർത്തി. “മോന് നൊന്തുവോ?” ഇല്ലെന്ന് തലകുലുക്കി. “മോന് മഴവില്ല് കാണാമോ?” കേളുച്ചൻ ചോദിച്ചു. “ഉം.” അവൻ മൂളി. ഗദ്ഗദം കഴുത്തിന്റെ കീഴറ്റത്ത് പോറലുകൾ വീഴ്ത്തി. കേളുച്ചൻ കവിൾ നിറയെ വെള്ളം അകത്താക്കി. ശക്തിയോടെ ഉദയത്തിനുനേർക്ക് ചീറ്റി. “ദാ, മഴവില്ല്. കണ്ടോളൂ.” സ്വന്തം മഴവില്ലുകളിലേക്കുള്ള വഴി. അറിയപ്പെടാത്ത, കാണപ്പെടാത്ത, എണ്ണമറ്റ മഴവില്ലുകൾ മനസ്സിന്റെ നീലപ്പരപ്പുകളിൽ കാവടിത്തണ്ടുകൾപോലെ തെളിഞ്ഞു. അവ പൊടിഞ്ഞു തീരുമ്പോഴേക്കും കേളുച്ചന്റെ വായിൽ നിന്ന് ഭീമൻ കുമിളകൾ നീർഗന്ധമുതിർത്തുകൊണ്ട് ആകാശത്തേക്ക് അഹംഭാവത്തോടെ ചാടിപ്പുറപ്പെടുന്നതും കുട്ടി കണ്ടു. കുമിളകളുടെ കുരുന്ന് നുള്ളിക്കൊണ്ട് നീർഗന്ധത്തിലൂടെ അലയവെ, കേളുച്ചൻ അവന്റെ കൈത്തലം പിടിച്ചമർത്തി. “മോനേ ഒരിക്കല് മാത്രം എന്നെ അച്ഛാന്ന് വിളിക്ക്വോ” ശബ്ദത്തിലെ വിറയലും ആർദ്രതയും അവനെ അമ്പരപ്പിച്ചിരിക്കണം. കേളുച്ചന്റെ നൂലിഴകളോടിയ കണ്ണുകളിൽ നിന്ന് നീർത്തുള്ളികൾ അടർന്നുവീഴുമ്പോൾ അവയേയും കുമിളകളെന്ന് വിളിച്ചിരിക്കണം. എന്തോ, അയാൾക്കോർമ്മയില്ല. മാവുകൾ പൂത്തപ്പോൾ കുട്ടികൾ വേലിക്കൽച്ചെന്ന് തിരക്കുകൂട്ടി–“കേളുച്ചാ, മാവ് പൂത്തു.”

കേളുച്ചൻ മുണ്ട് മാറോളം കയറ്റിയുടുത്ത് നീളൻവടി കുത്തി ഏകാന്തതയിൽ നിന്നിറങ്ങി വന്നു. വലതുകൈത്തലം പുരികത്തിനുമേൽ മറപിടിച്ച്, ഇരുളിനും തളിരിനുമിടയിൽ കണ്ണുപായിച്ചു.

“മോൻ പറഞ്ഞത് നേരാണല്ലോ” തൊണ്ണുകളിലൂടെ ചിരിചുരന്നു.

കാക്കകൾ കരയുന്ന ചെമ്പകക്കൊമ്പുകളിൽ നിന്ന് ഒറ്റയ്ക്കും

തെറ്റയ്ക്കും പൂക്കൾ പൊഴിഞ്ഞു. കുട്ടിയും കേളുച്ചനും മാന്തണലിലിരുന്ന് അവയെ ഇതൾ കീറി വിടർത്തി. പൂവിതളുകൾ കൊണ്ട് അവർ വീടുവെച്ചു. അവരുടെ വീട്. മഞ്ഞച്ചുവരുകൾക്കിടയിലൂടെ അവർ കൈകോർത്തു നടന്നു......

ആദ്യത്തെ കണ്ണിമാങ്ങ ഇരുവരും നുള്ളിപ്പകുത്തു.

കേളുച്ചൻ പറഞ്ഞു:

"ധാന്വന്തരംഗുളികപോലേണ്ട്."

നേരം പുലർന്നു കഴിഞ്ഞാൽ അവർ മാഞ്ചുവട്ടിലെത്തുകയായി. കണ്ണിമാങ്ങകൾ തേടി, മാവുകൾക്ക് ചുറ്റിലും കുനിഞ്ഞ്, മിഴി കൂർപ്പിച്ച് നടക്കുകയായി. കുളിര് കാറ്റ് വീശുകയാവും, ഒന്ന്, രണ്ട്, മൂന്ന്....

ഏതോ ഞാറ്റുവേല. കേളുച്ചാ, കൺപുരികങ്ങൾ ചുളിപ്പിച്ച് കൃഷ്ണമണികൾ ചലനമറ്റനിലയിൽ നിർത്തി, തൊണ്ണുകളിൽ നിന്ന് കീഴ്ച്ചുണ്ടിലൂടെ പുകയില നീരൊഴുക്കിക്കിടന്ന്, വിളിച്ചാൽ വിളികേൾക്കാതെ എന്നെ പേടിപ്പിക്കല്ലേ. കൊയ്ത്തുകഴിഞ്ഞ പാടങ്ങളിപ്പോൾ സമൃദ്ധമാണ്. താറാവിൻ പറ്റങ്ങളെത്തിക്കഴിഞ്ഞു. നമുക്ക് ചെളിപ്പാടങ്ങളിലെ ശബ്ദങ്ങളിലേക്ക് പോകാം. ചെളിവെള്ളത്തിൽ അനാഥമായി പൊങ്ങിക്കിടക്കുന്ന വെള്ളത്തൂവലുകൾ പെറുക്കാം. ഓർക്കാതെ കിട്ടുന്ന വെള്ളമുട്ടകൾ മടിക്കുത്തിലൊളിച്ചുവെക്കാം. താറാവുനോട്ടക്കാരുടെ ആജ്ഞാശബ്ദങ്ങൾക്കിപ്പുറത്ത്, കാലുതളർന്ന താറാവുകൾക്ക് രക്ഷാസങ്കേതം തീർക്കാം. അവയെ സ്നേഹിക്കാം. വഴിമാറ്റത്തിന്റെ ന്യായീകരണങ്ങൾ കേട്ടില്ലെന്ന് നടിക്കാം. എഴുന്നേല്ക്കൂ, കേളുച്ചൻ, ഞാനല്ലേ വിളിക്കുന്നത്.

അവന്റെ നാവ് കുഴഞ്ഞു. കേളുച്ചന്റെ നിശ്ചലതയേക്കാൾ അവനെ പേടിപ്പിച്ചത് വലതുകൈയിലെ പഴനിയിലേക്ക് സമർപ്പിക്കാതെപോയ വെള്ളിമുദ്രയാണ്. വെള്ളിമുദ്ര തണുത്തുകൊണ്ടിരിക്കുന്ന കൈത്തണ്ടയിൽ പതിഞ്ഞു കിടന്നു ക്രൂരമായി അദൃശ്യശക്തികൊണ്ട് അവനെ പിടിച്ചുലച്ചു. അടയാത്ത കണ്ണുകളിൽ വിറങ്ങലിച്ചുനിന്ന ഈഠർപ്പം ചുരണ്ടിയെടുക്കുകയായിരുന്നു വേനൽക്കാറ്റ്.

അവൻ കരഞ്ഞുതുടങ്ങി. ഉണരുമ്പോൾ ചുവന്ന പട്ടുപുതച്ച് കേളുച്ചൻ തീയിൽ കിടക്കുകയായിരുന്നു. വീണ്ടും കരച്ചിലിന്റെ ഉറവുപൊട്ടി.

"അച്ഛാ, ആ മുദ്ര....."

അച്ഛൻ ചുമലിൽ തൊട്ടു.

"നമുക്ക് പോകാം."

അച്ഛൻ പഴങ്കഥ പറയുമ്പോൾ ആനവാതിൽ ചാരിക്കിടന്ന് അവൻ ഓർക്കുമായിരുന്നു. എന്നെ സ്നേഹിക്കാനാരുമില്ല. എന്റെ കേളുച്ചൻ മരിച്ചുപോയി....

കേൾക്കാത്ത പഴങ്കഥകൾ ചിതറിക്കിടക്കുന്ന അതേ പഴയ ഉമ്മറത്ത് ആനവാതിലിനരികെ ഒരു ചാരുകസേരയിൽ കണ്ണടച്ചുകിടന്ന് അയാൾ വിചാരിച്ചു.

ജീവിതത്തിന്റെ മദ്ധ്യാഹ്നം കഴിയാറായി. ഇപ്പോഴും കണ്ണാടിയിൽ

പ്രതിബിംബിക്കുന്നത് ആ മുഖം തന്നെ. നനഞ്ഞ കവിൾത്തടങ്ങളുള്ള മുഖം.

എന്റെ കണ്ണാടിക്ക് കാലമില്ല.

കളിവീടുകളിൽ കാലത്തെയൊതുക്കുന്നവരുടെ ഇടയിലേക്ക് ഒരു നിമിഷം പാളിനോക്കുന്നു. നിങ്ങളിൽ ആർക്കെങ്കിലും എഴുപതുകഴിഞ്ഞ സ്നേഹിതനുണ്ടോ?

ഇല്ല, നിങ്ങൾക്ക് മനസ്സിലാവില്ല.....

അയാളുടെ കിടപ്പുനോക്കിക്കൊണ്ട് മുറ്റത്ത് നില്ക്കുകയായിരുന്ന കുട്ടിക്ക് കാത്തുനിന്ന് മടുത്തുകഴിഞ്ഞിരുന്നു. താൻ അയാളെ പലതു മോർപ്പിച്ചിട്ടുണ്ടെന്ന് അവനറിയാമായിരുന്നില്ല.

ഒടുവിൽ അയാൾ കണ്ണുതുറന്നപ്പോൾ അവൻ അല്പംകൂടി മുന്നോട്ട് നീങ്ങിനിന്നു.

അവന്റെ മുണ്ഡനം ചെയ്ത തലയിലേക്കും ഭസ്മം പൂശിയ ഉടലിലേക്കും രുദ്രാക്ഷമാലകളിലേക്കും കാവടിത്തണ്ടിലേക്കും മയിൽപ്പീലി കെട്ടിലേക്കും വെള്ളി മുദ്രയിലേക്കും അയാൾ നിർവ്വികാരനായി നോക്കി. നിനക്കെന്നെ വിളിച്ചുണർത്താൻ കഴിയുമായിരുന്നില്ല. അല്ലേ? അയാൾക്ക് ഖേദം തോന്നി.

അവന്റെ നാവ് പുറത്തേക്ക് നീണ്ടുകിടക്കുകയായിരുന്നു. നാവിൽ ഒരു മുഴം നീളമുള്ള ഒരു ശൂലം കുത്തിയിറക്കിയിരുന്നു. മുകളറ്റത്തെ മൂന്ന് മുനകളിലും കീഴറ്റത്തും ഭംഗിയുള്ള ചെറുനാരങ്ങകൾ കോർത്തു വെച്ചിരുന്നു. കീഴ്വശം ചുവന്നിരുന്നു. നാവിൽ ചോര പൊടിയുന്നുണ്ടായിരുന്നു.

“നീ പഴനിയിലേക്കാണോ?” അയാൾ പൊടുന്നനെ ചോദിച്ചു.

അതെ അവൻ തലകുലുക്കി

“തനിയെ?”

അല്ല. അവൻ കണ്ണടച്ച് കാണിച്ചു

“പഴനിവരെ മിണ്ടാൻ പാടില്ലേ”

പാടില്ല. ഒരിക്കൽക്കൂടി ഇമകൾ ഒരുമിച്ചു.

ഈ കണ്ണുകാണിക്കലും തലയിളക്കലും എന്റെ ക്ഷമയെ കാർന്നു തിന്നിരിക്കുന്നുവെന്ന് നീ മനസ്സിലാക്കുന്നില്ല. എനിക്കു കേൾക്കേണ്ടത് നിന്റെ ചോരയുടെ മണമുള്ള ശബ്ദമാണ്. അയാൾ ചാടിയെഴുന്നേറ്റ് അവന്റെ ദുർവിധിക്കടിമപ്പെട്ട നാവിനു നേർക്ക് വിരൽ ചൂണ്ടി ചോദിച്ചു:

“ഏതുതരം മരണമാണ് നിനക്കിഷ്ടം? പർവ്വതത്തിലും കനമുള്ളതോ, പക്ഷിത്തൂവലിനേക്കാൾ കനം കുറഞ്ഞതോ...”

സിംഹാസനങ്ങളിൽ തുരുമ്പ്

എം സുകുമാരൻ

ശിശിരം ആരംഭിച്ചതോടെ ഞങ്ങളുടെ അദ്ധ്വാനഭാഗം പൂർവ്വാധികം വർദ്ധിച്ചു. പൊഴിഞ്ഞ ഇലകൾ കുമിഞ്ഞുകൂടിക്കിടക്കുന്ന പ്രഭാതങ്ങൾ ഞങ്ങളുടെ പേടിസ്വപ്നങ്ങളായി മാറി. എത്ര അടിച്ചുവാരിയിട്ടും തെരുവുകൾ വൃത്തിയായില്ല. വഴിമരങ്ങൾ മുൻകാല വൈരാഗ്യത്തോടെ ഞങ്ങളോട് പെരുമാറി. ഞങ്ങളെ തളർത്തുകയും കീഴ്പ്പെടുത്തുകയും ചെയ്തു. എന്നിട്ടും നിശ്ശബ്ദമായ വെല്ലുവിളികൾ മനസ്സിൽ പേറി നീണ്ട ഈറച്ചൂലുകളുമായി ഞങ്ങൾ, കോർപ്പറേഷൻ തൂപ്പുകാർ, ഈ തെരുവുകളിൽ അലഞ്ഞു.

പകൽ മുഴുവൻ വിയർപ്പൊഴുക്കിയിട്ടും ഞാൻ ക്ഷീണിതനായില്ല. അരുന്ധതിക്കും ഇതേ അനുഭവം തന്നെയായിരുന്നു. എന്റെ തൊട്ടു പുറകെയോ മുമ്പിലോ സമാന്തരമായോ അവളുണ്ടായിരുന്നു. ചിലപ്പോൾ ഞങ്ങൾ മാത്രമായി. മദ്ധ്യാഹ്നവേളകളിൽ അവശേഷിക്കുമ്പോൾ, ഈറച്ചൂൽ ശരീരത്തിനു കുറുകെ ഒരു നീണ്ട ശൂലം കണക്കെ ചേർത്ത് വെച്ച് മുറുക്കിത്തുടുപ്പിച്ച ചുണ്ടുകൾ ഉമിനീരുകൊണ്ടു നനച്ച് അവൾ പറയുന്നു: "എന്നും ഈ തെരുവിലെ നിഴലുകളും അവയിളകുമ്പോൾ ഉണ്ടാകുന്ന വെളിച്ച വൃത്തങ്ങളും കണ്ടുകൊണ്ട് ജീവിതം പിന്നിട്ടാൽ മതിയോ? ഒരു രാത്രിയെങ്കിലും ഒന്നിച്ചുറങ്ങാൻ, ഉള്ളിൽ നീർഗന്ധമേറ്റുകിടക്കുന്ന സ്നേഹവായ്പുകൾ ഒന്നു മുളപ്പിക്കാൻ, അങ്ങയുടെ കാഠിന്യമേറിയ നഗ്നതയിൽ മുങ്ങി ശ്വാസം മുട്ടി മരിക്കാൻ എന്നെ അനുവദിക്കൂ. ഇല്ലെങ്കിൽ ഈ തെരുവിലൊരിടത്ത് എന്റെ മൃതദേഹം വീഴുകയും, ശിശിരവൃഷ്ടിയിൽ ഉണക്കയിലകൾ മൂടി ശവസംസ്കാരം നടത്തുകയും ചെയ്യും."

ഇവ്വിധമൊക്കെ എന്റെ കാമുകി പറയുമ്പോൾ ആകാശം സ്വച്ഛമാവുകയും കൂടുതൽ ഇലകൾ പൊഴിയുകയും ചെയ്തുകൊണ്ടിരുന്നു.

ജോലിയിൽ ഞാൻ വ്യാപൃതനായി. എന്നെ മൗനത്തിൽ പ്രതിഷേധിച്ച് തൊട്ടരികിൽ വന്ന് എന്റെ മനമുരുകനായി അവൾ കരഞ്ഞു.

എന്റെ ഈറച്ചൂൽ പാടുകളില്ലാത്ത പോറലുകളുണ്ടാക്കി തെരുവിലൂടെ നീങ്ങി. പിന്നിട്ട വീഥികളിൽ ഇലകളുടെ സംഘമരണം പെരുകി. ആദ്യം പുഞ്ചിരിക്കുകയും, പിന്നീട് പിറുപിറുക്കുകയും ഒടുവിൽ മനം നൊന്ത് ശപിക്കുകയും ചെയ്തു. മോക്ഷമില്ലാത്ത ശാപം– ഋതുക്കളിൽ ശിശിരം വന്ധ്യയാവട്ടെ.

പിന്നെയും ഞാനലഞ്ഞു. വല്ലപ്പോഴും മഴമേഘങ്ങൾ ഒന്നു ഭീഷണിപ്പെടുത്തി, മുടന്തനെപ്പോലെ സ്വന്തം ഇരിപ്പിടത്തിൽ ഉറച്ചു. തലയ്ക്കു മുകളിൽ, ഇപ്പോൾ കണ്ണിൽക്കൊത്തും എന്ന ഭാവത്തിൽ ശിശിരകിളികൾ പറന്നുയർന്നുപൊങ്ങി ബിന്ദുക്കളായി. അത്ര ഉയരത്തിലും വേഗത്തിലും അല്ലെങ്കിലും എന്റെ മനസ്സ് നിലംതൊട്ടിരുന്നില്ല. അഭിമുഖമായി കറുത്ത മുഖത്തോടെ അരുന്ധതി നിന്നു തേങ്ങി: "എന്നെ എങ്ങോട്ടെങ്കിലും കൊണ്ടുപോകൂ. ഏതു മലമുകളിലും ഏതു താഴ്വരയിലും ഞാൻ അങ്ങയുടെ കൂടെ വരാം. ആദ്യരാത്രിക്കുശേഷം താഴേക്കു ചാടിയോ, താഴ്വരയിലെ ജലാശയത്തിൽ മുങ്ങിയോ നമുക്ക് ആത്മഹത്യ ചെയ്യാം. ചിതറിത്തെറിച്ചേക്കാൻ ഇടയുള്ള തലച്ചോറുകൾ പോലും ഒന്നിച്ചാവുന്നതിനുവേണ്ടി നമുക്ക് ആത്മഹത്യയ്ക്കുമുമ്പ് ഗാഢമായി നമുക്ക് പുണരണം."

അവൾ എന്തൊക്കെയോ പറയുന്നു. കണ്ണുകളിൽ വേനലും വർഷവും മാറി മാറി വരുന്നു. ഈ നാൾവരെ, ഈ നിമിഷംവരെ, എനിക്കൊന്നും തന്നെ അവളോട് പറയാൻ കഴിഞ്ഞിട്ടില്ല. അതിരാവിലെ കോർപ്പറേഷൻ മുറ്റത്തും, പിന്നീട് തെരുവിലും സൂര്യവെളിച്ചം പോലെ ഞാൻ പടരുന്നു എന്നല്ലാതെ മറ്റൊന്നും എനിക്കറിയില്ല. മാസാദ്യത്തിൽ എന്റെ കൈയിൽ വരുന്ന തുക, വരാൻ പോകുന്ന അടുത്ത ശമ്പളദിനം വരെയുള്ള ദിവസങ്ങളിൽ ഒരുനേരം മാത്രം കഷ്ടിച്ചു കഴിക്കാൻ തികയുന്നത് മാത്രമായിരുന്നു. തെരുവുകളിൽ കോർപ്പറേഷൻ പണിതുയർത്തിയ കാത്തിരിപ്പു ഷെഡ്ഡുകളായിരുന്നു എന്റെ ഉറക്കറകൾ. കീറിപ്പറിഞ്ഞ കാക്കിയുടുപ്പിനുള്ളിൽ ലജ്ജയോടെ എന്റെ ശരീരം ഒളിക്കുമ്പോൾ ഞാൻ നഗ്നനാകുന്നു. ശബ്ദമില്ലാത്ത വാക്കുകൾ കൊണ്ട് ഞാൻ സദാ അരുന്ധതിയോട് സംസാരിച്ചു: "ഈ ചുറ്റുപാടിൽ അരുന്ധതി നീ തന്നെ പറയൂ, ഞാനെന്തു ചെയ്യണം. ഭക്ഷണവും, വസ്ത്രവും, പാർപ്പിടവുമില്ലാതെ നാമെന്തിന് ദാമ്പത്യത്തെക്കുറിച്ച് ചിന്തിക്കുന്നു. മുപ്പതു വർഷം വളർച്ചയെത്തിയ നിന്റെ വികാരങ്ങളെ– ഇത്രയുംകാലം അച്ചടക്കത്തോടെ വളർത്തിയ വികാരങ്ങളെ –പറഞ്ഞു മനസ്സിലാക്കൂ. ജീവിതം നമുക്കുള്ളതല്ല. അതൊക്കെ നമുക്ക് മുമ്പേ വന്നു കൈയടക്കി, കൈമാറി, ഇപ്പോഴും കൈവശം വച്ചുകൊണ്ടിരിക്കുന്ന മറ്റൊരു വർഗ്ഗത്തിനാണ്. നീ നിന്റെ താവളത്തിലേക്കു പോകൂ. ഈ സന്ധ്യ ചുമപ്പിൽ ഈ തെരുവിലൂടെ കുറച്ച് ഞാൻ അലയട്ടെ. എനിക്ക് പഴയ ചില കാര്യങ്ങൾ

ഓർക്കാനുണ്ട്."

പതിവുപോലെ നിറകണ്ണുകളോടെ അവൾ പോയശേഷം ഞാൻ ഓർമ്മിക്കാൻ തുടങ്ങി. എന്റെയും എന്റെ സഹജരുടെയും മുൻകാലം. പഴയ മേയർ മരിച്ചതോടെയാണ് തെരുവിൽ വായ് തുറന്ന് സംസാരിക്കാനുള്ള അവകാശംപോലും ഞങ്ങൾക്കു ലഭിച്ചത്. ഞങ്ങളുടെ നഗര കോർപ്പറേഷൻ ഭരണസംവിധാനത്തിന് ഒരു പ്രത്യേകതയുണ്ടായിരുന്നു. അവിടെ അധികാരത്തിൽ വരുന്ന മേയറുടെ കാലാവധി അയാളുടെ മരണം മാത്രമായിരുന്നു. അദ്ദേഹം ജീവിച്ചിരിക്കുകയും നഗരപിതാവായി ഇവിടം ഭരിക്കുകയും ചെയ്തപ്പോഴൊക്കെ തൂപ്പുകാരായ ഞങ്ങളെ കഠിനമായി ദ്രോഹിച്ചിരുന്നു. അനാരോഗ്യംമൂലം വേണ്ടത്ര വൃത്തിയായി ജോലിചെയ്യാൻ കഴിയാത്ത പലരെയും, അതേ തെരുവിലേക്കു തന്നെ അദ്ദേഹം വലിച്ചെറിഞ്ഞു. ഞങ്ങളുടെ കൂട്ടത്തിൽനിന്നും പിരിച്ചയച്ചവർ, ഞങ്ങൾ കാൺകെ മൃഗങ്ങളെപ്പോലെ പട്ടിണി കിടന്നും ചൊറി പിടിച്ചും ഒടുവിൽ സംക്രമണരോഗത്തിനടിമപ്പെട്ടും അന്ത്യശ്വാസം വലിച്ചു. ഞങ്ങളൊക്കെക്കൂടിത്തന്നെ ആ അനാഥശവങ്ങളെ ചുരുട്ടിയെടുത്ത്, എണ്ണം അധികമുള്ളപ്പോൾ ഒന്നിച്ചും അല്ലെങ്കിൽ ഒറ്റയ്ക്കും കുഴിച്ചിട്ടു.

ആ ക്രൂരനായ മേയറെ എതിർത്തു തോല്പിക്കേണ്ടതു ഞങ്ങളുടെ വർഗ്ഗത്തിന്റെ ചരിത്രപരമായ കടമയായി മാറിയപ്പോൾ ഞങ്ങൾ അദ്ദേഹത്തെ രഹസ്യമായി വിമർശിച്ചുതുടങ്ങി. നിമിഷങ്ങൾക്കകം ഞങ്ങളിൽ പലരും ഒരു മാന്ത്രിക വിദ്യയിലെന്ന വണ്ണം അപ്രത്യക്ഷരായി. ശേഷിച്ചവർ തൊണ്ടയിൽ നിന്നും വീണുപോയ രഹസ്യവിമർശനങ്ങൾ തുറന്ന് പറഞ്ഞ് മാപ്പപേക്ഷിച്ചു. മാപ്പപേക്ഷിച്ചവർ തുടർന്നു ജീവിച്ചു; ഇരക്കാത്തവർ ഇരുളിന്റെ രഹസ്യമുറിയിലെവിടെയോ തടവിൽ കിടന്നു. കാറ്റിന്റെ താളലയങ്ങളിൽ ഒറ്റുകാരുടെയും ചാരന്മാരുടെയും ഉച്ഛ്വാസം രൂക്ഷമായി കലർന്നു. ആകാശം ഭീകരതയുടെ പുതപ്പിനുള്ളിലേക്ക് തല വലിച്ചു. ഞങ്ങളുടെ ശബ്ദം ഞങ്ങളുടെ ചെവിയിലെത്തിക്കാൻ തന്നെ ഞങ്ങൾ ഭയപ്പെട്ടു. ക്രമേണ മേയറെ സംഘടിച്ച് തോൽപ്പിക്കാൻ കഴിയില്ലെന്ന ധാരണ പായൽപോല ഞങ്ങളിൽ പടർന്നു. ഞങ്ങൾ സ്വയം വിമർശനം നടത്തി മുട്ടുകുത്തി. ഞങ്ങൾ പിന്തിരിപ്പന്മാർ, വർഗ്ഗത്തെ വഞ്ചിച്ചും ഒറ്റുകൊടുത്തും ജീവൻ നിലനിർത്തുക എന്ന തത്ത്വശാസ്ത്രം രചിച്ചവർ, നിസ്സഹായർ, ആരുടെയും സഹതാപം അർഹിക്കുന്നവർ............ഇങ്ങനെ പോകുന്നു ആത്മവിലാപം.

ഞങ്ങൾ വെറുതെയിരുന്നില്ല. നട്ടെല്ലില്ലാതെ ഇഴഞ്ഞാണെങ്കിലും ഞങ്ങൾ വീണ്ടും കൂടി. മരണത്തിനുമാത്രമേ മേയറെ അധികാരസ്ഥാനത്തു നിന്നും ഒഴിവാക്കാൻ കഴിയൂ എന്ന വസ്തുത മുന്നിൽക്കണ്ട്, ചില തീരുമാനങ്ങളെടുത്തു. ഹിന്ദുക്കളും ക്രിസ്ത്യാനികളും മുസ്ലീങ്ങളും അവരുടെ ദൈവത്തെ പ്രാർത്ഥിക്കുക. എത്രയും വേഗം മേയറുടെ ആത്മാവ് ആ ശരീരത്തിൽ നിന്നും വേർപെടേണമേ.

ഹൃദയസ്തംഭനമായിരുന്നു ഞങ്ങളിൽ ബഹുഭൂരിപക്ഷവും കാംക്ഷി

ച്ചത്. പക്ഷേ, ഒരു ന്യൂനപക്ഷം അർബ്ബുദം വരേണമേ എന്നും പ്രാർത്ഥിച്ചു. അർബ്ബുദം പിടിപെട്ട് ദുർഗ്ഗന്ധം വമിച്ച് മേയർ അന്ത്യശ്വാസം വലിച്ചപ്പോൾ ആഹ്ലാദ ചിത്തരായി തുള്ളിച്ചാടിയ ന്യൂനപക്ഷത്തിന്റെ കൂടെ ഞങ്ങളും പങ്കുചേർന്നു. ഞങ്ങൾ ഒന്നാവുകയും ചാരിതാർത്ഥ്യമടയുകയും ചെയ്തു. തെരുവുകളിൽ ഞങ്ങളുടെ പണിയായുധങ്ങൾ ചൂൽ, മുറം, മലംകോരുന്ന പാട്ടകൾ, കീടനാശിനികൾ കലർത്തിയ ബക്കറ്റുകൾ എന്നിവ ഉയർത്തിപ്പിടിച്ച്, ആർത്തുവിളിച്ച് ഞങ്ങൾ നീങ്ങി. ഉൽക്കണ്ഠയോടെ കാഴ്ച കാണാൻ നിന്നവരോടെല്ലാം ഞങ്ങൾ വിളിച്ചു പറഞ്ഞു: "പാവങ്ങളെ ദ്രോഹിക്കുന്നവന്റെ ഗതിയിതാണ്. ഏതു ഗർവ്വിന്റെയും അഹങ്കാരത്തിന്റെയും ഞാനെന്ന ഭാവത്തിന്റെയും തലയറുക്കാൻ ഊരിപ്പിടിച്ച കത്തിയുമായി മരണം എല്ലാവരുടെയും പുറകിലും നില്ക്കുന്നു എന്നത് ഓർമ്മിക്കുക."

ആ മേയറുടെ മരണശേഷമാണ് അരുന്ധതിയുടെ ഗന്ധം എന്റെ ഞരമ്പുകളിൽ കലർന്നത്. എന്നെക്കുറിച്ചുള്ള ചിന്ത, എന്റെ സാമീപ്യം ഇവയൊക്കെ അവളുടെ മനസ്സിന്റെ മുലഞെട്ടുകളെ തരിപ്പിച്ചതും, മോഹങ്ങളുടെ യോനീമുഖത്തെ ഈറനാക്കിയതും ഈ കാലഘട്ടത്തിലായിരുന്നു.

നഗരത്തിന് ഒരു പുതിയ മേയർ വരുന്നു എന്ന വാർത്ത ആദ്യമായി കൊണ്ടുവരുന്നത് അരുന്ധതിയാണ്. അത് അവളിൽ ഏറെ പ്രതീക്ഷകളുണർത്തി. വരാൻ പോകുന്ന മേയറെക്കുറിച്ചുള്ള വാർത്തകൾ ആ പ്രതീക്ഷകൾക്ക് പോഷാകാഹാരങ്ങൾ നല്കി. ചേരിപ്രദേശത്തെ പൈപ്പിൻ ചുവട്ടിൽ മുളപൊട്ടി, നാവുകളിലൂടെ വളർന്ന് സുഗന്ധം പരത്തി നടന്നു.

പുതിയ മേയറുടെ ഹൃദയ വിശാലതയുടെ അതിരില്ലായ്മ, കാരുണ്യത്തിന്റെ ആഴം, അഗതികളോടുള്ള വാത്സല്യക്കൊടുങ്കാറ്റ്, ഇവയ്ക്കൊക്കെ കേട്ടറിഞ്ഞ ഉദാഹരണസഹിതം അവൾ എന്നോടു പറഞ്ഞു. അതിന്റെ അവസാനം അവൾ സ്വാർത്ഥിയായി മാറിയെന്ന് എനിക്കു തോന്നി. അവൾ എന്റെ ചുമലിൽ കൈവച്ചു: "നോക്കൂ നമുക്ക് മേയറെ നേരിട്ടു ചെന്നു കാണണം. നമുക്ക് ആഹാരവും, വസ്ത്രവും, പാർപ്പിടവും ലഭിക്കാനുള്ള സൗകര്യം തീർച്ചയായും ചെയ്തുതരും. ആ സ്വപ്നങ്ങൾ സാക്ഷാൽക്കരിക്കുന്നതോടെ, എന്റെ സ്ത്രീത്വത്തെ അങ്ങ് വിളയിച്ചെടുക്കൂ. ആദ്യരാത്രിയിൽ വൈകിയുറങ്ങി എത്രയും വേഗം എന്റെ ഗർഭപാത്രത്തിൽ അങ്ങയുടെ ബീജം വളർത്തും. ഞാനവനെ ഭൂമിയിലെ വെളിച്ചം കാണിക്കും. അന്വേഷിക്കാതെ കണ്ടെത്താനുള്ള ബുദ്ധിശക്തിയും, മുട്ടാതെ തുറക്കാനുള്ള കായികശക്തിയും അവനുണ്ടാകും."

പെട്ടെന്നുയർന്ന എന്റെ പൊട്ടിച്ചിരി പരിഭവത്തോടെ അവൾ എതിർത്തു. അവളുടെ ആ പഴയ നില്പിൽ ഈറച്ചൂലിന്റെ തണ്ടിൽ കവിളുരുമ്മി കണ്ണീരൊലിപ്പിച്ചു.

ആ കണ്ണീർ എനിക്ക് പുത്തരിയല്ലാത്തതിനാൽ ഞാൻ മറ്റൊരു

ലോകത്തിലേക്കു കടന്നു. അവിടെ ഞങ്ങൾ, തൂപ്പുകാർ ഒത്തൊരുമിച്ച് നിന്നിരുന്നു. അർബ്ബുദം പിടിപെട്ട് മരിച്ചുപോയ മേയർ പഠിപ്പിച്ച പാഠം ഒരു വേനല്ക്കാല സൂര്യനെപ്പോലെ ഞങ്ങൾക്കുമുകളിൽ അസഹ്യത യോടെ നിലകൊണ്ടു. എങ്കിലും കഴിഞ്ഞകാല സംഭവങ്ങളുടെ കറുത്ത പുകയേറ്റ് കരുവാളിച്ച് ഭീരുവും തൻകാര്യത്തിൽ ശ്രദ്ധ കേന്ദ്രീകരിക്കു ന്നവനും മാത്രമായി ഞാൻ മാറിപ്പോകരുതെന്ന വാശി എന്നിൽ വിരി ഞ്ഞമാറോടെ നിലകൊണ്ടു. അക്കാരണംകൊണ്ടുതന്നെ പുതിയ മേയറെ സ്വീകരിക്കാനുള്ള എന്റെ സഹപ്രവർത്തകരുടെ തീരുമാനത്തെ എനി ക്കെതിർക്കേണ്ടിവന്നു. എനിക്കൊറ്റയ്ക്ക് പിടിച്ചു നില്ക്കാനുള്ള വേണ്ടത്ര ന്യായങ്ങളില്ലാതായപ്പോൾ അവരെ നയിക്കേണ്ട ചുമതല എന്റെ ചുമ ലിൽ പണ്ടത്തെപ്പോലെ നിക്ഷിപ്തമായി. ക്രമേണ എന്നിലും പുതിയ മേയറെക്കുറിച്ചുള്ള ധാരണയ്ക്ക് മിനുസം വന്നു. ആത്മവിശ്വാസം തീപ്പൊ രിയായി പടർന്നുകത്തി.

കരഞ്ഞുകലങ്ങിയ കണ്ണുകളോടെ എന്റെ മുമ്പിൽനില്ക്കുന്ന അരു ന്ധതിയെ ഞാൻ ആശ്വസിപ്പിച്ചു: "നീ സമാധാനമായിരിക്ക്. പുതിയ മേയർ വരട്ടെ. നാം പുതിയ ജീവിതത്തിന്റെ ഓലപ്പുരയ്ക്കകത്തു ജീവിതമാരം ഭിക്കും. ഇരുട്ടിൽ പ്രായമെത്തിയ വികാരങ്ങൾ കൈമാറും."

ശിശിരം അവസാനിച്ചതോടെ ഞങ്ങളുടെ നഗരത്തിന് പുതിയ മേയർ കൈവന്നു. തെരുവുകൾ പിടഞ്ഞെഴുന്നേറ്റ് ഉടുമുണ്ടെടുത്തു ചുറ്റി. ഞങ്ങ ളിൽ പതഞ്ഞ ആഹ്ലാദം വഴിമരങ്ങൾ ഏറ്റെടുത്തു. എങ്ങും പൂക്കൾ ചിരി ച്ചു. കാറ്റിൽ അവ കൂടിയാടി പുതിയ മേയർക്ക് ആശംസകളർപ്പിച്ചു. കോർപ്പറേഷൻ കവാടത്തിൽ, സ്വാഗതമരുളുന്ന കമാനങ്ങൾ ഉയർത്തി, ഞങ്ങൾ പുഷ്പവൃഷ്ടി നടത്തി. പുരുഷവിഭാഗത്തിനു മുമ്പിൽ അരു ന്ധതിയും നിലകൊണ്ടിരുന്നു. ഞങ്ങൾ മാറി മാറി പാടി. ഒരു വസന്ത ത്തിന്റെ മുഴുവൻ സൗരഭ്യവുമായി കടന്നു വന്ന നഗര പിതാവേ, എന്നു മെന്നും വസന്തം മാത്രം വിരിയുന്ന ഒരു നഗരം ഞങ്ങൾക്ക് കാഴ്ചവ യ്ക്കുക. നമ്മെ കാലാകാലങ്ങളിൽ ശല്യം ചെയ്തുകൊണ്ടിരിക്കുന്ന അതിശൈത്യത്തെയും കൊടും ചൂടിനെയും നിലയ്ക്കു നിർത്താൻ ഞങ്ങ ളുടെ സഹായം ആവശ്യപ്പെടുക.

ഞങ്ങളുടെ ആനന്ദ നൃത്തത്തിന്റെ അവസാനത്തിൽ അദ്ദേഹം ഞങ്ങൾക്ക് മുകളിലായി മട്ടുപ്പാവിൽ പ്രത്യക്ഷപ്പെടും. കാൽ മുട്ടുകളോളം തൂങ്ങിക്കിടക്കുന്ന കറുത്തമേലങ്കിയും, മാറത്തൊരു വെളുത്ത പുഷ്പവും ആദ്യം ഞങ്ങൾ കണ്ടു. നീണ്ട നാസികാഗ്രങ്ങൾ വിടർത്തി ശ്വസിച്ചിരു ന്നു. പരന്ന കൈകൾ ഉയർത്തി അദ്ദേഹം ഞങ്ങളെ ആശംസിച്ചു. തുടർന്ന് ഞങ്ങളെക്കുറിച്ച് മാത്രം സംസാരിച്ചു. ഞങ്ങളുടെ ഭക്ഷണം, വസ്ത്രം, പാർപ്പിടം എന്നീ ആവശ്യങ്ങളുടെ മുൾവേലിക്കകത്ത് അദ്ദേ ഹത്തിന്റെ ശബ്ദക്കുതിരകൾ വട്ടം ചുറ്റിയോടി. അംഗരക്ഷകർ അടുത്തും അകലത്തും ചിട്ടയോടെ പ്രതിമകളെപ്പോലെ നിലയുറപ്പിച്ചിരുന്നു.

മേയറുടെ ശബ്ദം അവസാനിക്കുകയും ഞങ്ങളുടെ കരഘോഷ

ങ്ങൾ അലറുന്ന സമുദ്രമായി മാറുകയും ചെയ്തശേഷം, ഞങ്ങൾ നേരത്തെ എഴുതിത്തയ്യാറാക്കിയ നിവേദനം അദ്ദേഹത്തിനു നീട്ടി. എന്റെ കൈകളിൽ നിന്നും അദ്ദേഹത്തിന്റെ കൈകളിലേക്ക് ആ കടലാസുകെട്ട് മാറുന്നതിനിടയിൽ എന്റെ ശരീരത്തിന്റെ രോമകൂപങ്ങളിൽ വിയർപ്പുതുള്ളികൾ മുട്ടയിട്ടു പെരുകി. അവശരെ നയിക്കുന്ന, അവർക്കുവേണ്ടി ത്യാഗങ്ങൾ സഹിക്കാൻ തയ്യാറുള്ള എനിക്കെന്തെങ്കിലും പറയാനുണ്ടോ എന്ന് അദ്ദേഹം ചോദിച്ചു. പഴയ മേയറുടെ ക്രൂര പ്രവൃത്തികൾ മൂലം നരകിക്കുന്നവരെ അടിയന്തരമായി രക്ഷിക്കുക എന്നുള്ള ഒരഭ്യർത്ഥന മാത്രമേ ഇപ്പോൾ ഞങ്ങൾക്കുള്ളൂ. പിന്നീട് ജീവിതം എന്താണെന്ന് ഈ തെരുവിന്റെ മക്കളായ ഞങ്ങൾക്കു കാണിച്ചു തരികയും, അനുഭവിക്കാൻ അവസരം നല്കുകയും ചെയ്യുക. ഞങ്ങൾ ധന്യരായി.

ആത്മസംതൃപ്തിയോടെ മടങ്ങിപ്പോകാൻ അദ്ദേഹം ഞങ്ങളെ ഉപദേശിച്ചു. ഈയുള്ളവന്റെ ഭരണത്തിൻ കീഴിൽ നിങ്ങൾ എന്നും സുരക്ഷിതർ.

ആഹ്ളാദത്തിമിർപ്പോടെ ഞങ്ങൾ സ്വയം ജോലികളിൽ വ്യാപൃതരാകുവാൻ ഒറ്റയ്ക്കും കൂട്ടായും തെരുവുകളിലേക്കിറങ്ങി. ആരും പരസ്പരം ഒന്നും തന്നെ സംസാരിച്ചില്ല. എല്ലാവരുടെ ഹൃദയങ്ങളും വർഷകാല തോടുകളായി മാറിക്കഴിഞ്ഞിരുന്നു.

തടാകതീരം ശുദ്ധിയാക്കിക്കൊണ്ടിരുന്നവരിൽ പലരും പോയിക്കഴിഞ്ഞിട്ടും ഞാനും അരുന്ധതിയും വേർപിരിഞ്ഞില്ല. തടാകം ചലനമറ്റ് ഏറെനേരം കിടന്നു. പിന്നീട് എവിടെ നിന്നോ വന്ന കാറ്റ് ശ്രദ്ധാപൂർവ്വം അതിന്റെ ഉപരിതലം തലോടി. അലകൾ അടങ്ങാത്ത ആലസ്യത്തോടെ തീരത്തു വീണുകുഴഞ്ഞു. മുകളിൽ സന്ധ്യാമേഘങ്ങളോടുരുമ്മി നില്ക്കുന്ന ചന്ദ്രക്കല.

അരുന്ധതി പൂക്കളും ചെറിയ കല്ലുകളും പെറുക്കിയെടുത്ത് തടാകത്തെ ഇടയ്ക്കിടെ ഇക്കിളിപ്പെടുത്തി. ഞങ്ങൾ നിശ്ശബ്ദതയുടെ ഗുഹാന്തർഭാഗങ്ങളിൽ കിടന്ന് ശബ്ദങ്ങൾക്കായി ദാഹിച്ചു. ആരെങ്കിലും എന്തെങ്കിലും പറയൂ. മുഖത്തോടു മുഖം നോക്കിയിരിക്കവെ ഞങ്ങളുടെ കണ്ണുകൾ കൊച്ചു ജലാശയങ്ങളായി. പിൻകൈ പുൽത്തകിടയിൽ കുത്തി, നിറമാറിടം വികസിപ്പിച്ച് ആകാശത്തിന്റെ അനന്തതയിൽ കണ്ണുകളുറപ്പിച്ച് അവൾ എന്തൊക്കെയോ മനസ്സിൽ കാണുന്നു. ഞാനോർത്തത്, ഞാൻ പുളകിതനായത്. ഞാൻ തളർന്നത് ഇതൊക്കെത്തന്നെയായിരിക്കാം അവളുടെ മനസ്സിലും. ഞങ്ങൾ ബാഹ്യക്രീഡകളുടെ ഔന്നത്യത്തിലേക്കിഴഞ്ഞുകയറി, രതിസുഖത്തിന്റെ ശിഖരങ്ങളിൽ കിടന്നുരുണ്ട്, തളർച്ചയുടെ മലഞ്ചരിവിലേക്കുരുണ്ടു വീണു. ആ വീഴ്ചയിൽ നിന്നുണർന്നപ്പോഴും ഞങ്ങൾ നിശ്ശബ്ദരായി തടാകതീരത്തിരിക്കുകയാണ്.

മേല്പുരയില്ലാത്ത ഞങ്ങളുടെ മാളങ്ങളിലേക്ക് നീങ്ങവെ അവൾ വിതുമ്പി. അവൾ പറഞ്ഞു: “എല്ലാം കഴിഞ്ഞു പോകുന്നു എന്നതാണ്

എന്നെ ഇപ്പോൾ വല്ലാതെ വേദനിപ്പിക്കുന്നത്. കാലത്തിന്റെ സ്തംഭനം അസാദ്ധ്യമായ ഒന്നാണെങ്കിലും, എന്റെ മുരടിച്ച മനസ്സ് അതിനായി മോഹിക്കുന്നു. തടാകതീരത്തെ ഈ സന്ധ്യമാത്രം, അങ്ങനെ, ചുവന്ന ഒരു ദ്വീപുപോലെ, ചലനമറ്റ് മരവിപ്പോടെ നിന്നിരുന്നെങ്കിൽ......"

പിരിയേണ്ട നാൽക്കവലയിലെത്തിയപ്പോൾ അവൾ അവിചാരിതമായി പൊട്ടിക്കരഞ്ഞു. ഓർക്കാപ്പുറത്തുള്ള ആ കരച്ചിൽ എന്നെ ഉലച്ചു. എന്റെ മാറിൽ തലചായ്ച് എന്റെ വിയർത്തുണങ്ങിയ രോമകൂപങ്ങൾക്ക് കണ്ണീർജലം നല്കി. എത്ര ചോദിച്ചിട്ടും. അവൾക്ക് കാരണം പറയാൻ കഴിഞ്ഞില്ല. അജ്ഞാതമായ ഏതോ ഒരു ഭീതി പെട്ടെന്ന് ഒരു നീർക്കോലിയെപ്പോലെ അവളുടെ മനസ്സിന്റെ നേർമ്മയിൽ മുട്ടിയുരുമ്മി കടന്നുപോയി എന്നു കെട്ടിപ്പിടിച്ചുകൊണ്ട് പറഞ്ഞു: "അങ്ങ് അതികാലത്തുതന്നെ വരണം. അങ്ങില്ലാത്ത ഒരു തെരുവ് എനിക്ക് സങ്കല്പിക്കാനേ വയ്യ. നാളെ പുലരുമ്പോൾ വിജനമായ ഈ തെരുവിൽ, ചീറിയടിക്കുന്ന പൊടിക്കാറ്റിൽ, കൈപ്പടങ്ങൾകൊണ്ടു മുഖം മറച്ച് ഞാൻ കാത്തിരിക്കും. ആ കാത്തിരിപ്പിന്റെ അന്ത്യത്തിൽ അങ്ങുവന്നില്ലെങ്കിൽ, പ്രേമദുരന്തത്തിന്റെ ഒരു ശിലാപ്രതിമയായി ഞാനിവിടെ നിലകൊള്ളും."

ഞങ്ങൾ പിരിഞ്ഞു.

കോഴികൾ കൂവുന്നതിനു മുൻപുതന്നെ അവർ എന്നെ വിളിച്ചുണർത്തി. മേയറുടെ അംഗരക്ഷകസേനയിൽപ്പെട്ടവരായിരുന്നു അവർ. രണ്ടുപേർ മാത്രം. അവരുടെ കൈയിൽ നീണ്ട ചൂരൽവടികൾ ഉണ്ടായിരുന്നിട്ടും, എന്റെ കൈത്തണ്ടയിൽ തലോടിയും, എന്റെ കവിളിൽ കുലുക്കിയും, സ്നേഹത്തോടെ ഇടയ്ക്കിടെ എന്റെ പേരുച്ചരിച്ചും ആണ് അവർ വിളിച്ചുണർത്തിയത്. ആദ്യനിമിഷത്തിൽ ഭയചകിതമായ എന്റെ മനസ്സിൽ, പിന്നീടുള്ള അവരുടെ പ്രവൃത്തികൾ ശീതത്തുള്ളികൾ വീഴ്ത്തി.

അവർ ആവശ്യപ്പെട്ടതനുസരിച്ച് ഞാൻ അവരൊടൊപ്പം നടന്നു. ഞാൻ ചോദിക്കുന്നതിനു മുമ്പേ തന്നെ അവർ പറഞ്ഞുതുടങ്ങി; ഇന്നലെ അർദ്ധരാത്രിക്കാണ് മേയർ ഞങ്ങളോടു താങ്കളെപ്പറ്റി പറഞ്ഞത്. പഴയ മേയർ ക്രൂരനും വിവരമില്ലാത്തവനും, വൃത്തിശൂന്യനും ആയിരുന്നു എന്നാണ് മേയറുടെ അഭിപ്രായം. ആ മനുഷ്യൻ താൻ താമസിക്കുന്ന കൊട്ടാരം വൃത്തിയാക്കുന്നതിൽ പോലും വേണ്ടത്ര താല്പര്യം കാണിച്ചിരുന്നില്ല. അതിനാൽ ഈ കോർപ്പറേഷനിലെ ഏറ്റവും നല്ല ഈ തൂപ്പുകാരനെ കൊട്ടാരത്തിൽ നിയമിക്കാൻ ഉത്തരവായി. ഈ തെരുവിലുള്ള സകല കാത്തിരിപ്പു ഷെഡ്ഡുകളിലും ഞങ്ങൾ താങ്കളെ തിരക്കി. ഒടുവിൽ താങ്കളെ ഇവിടെവച്ച് കണ്ടുമുട്ടുന്നതുവരെ ഞങ്ങളുടെ ശ്വാസം നേരെ വീണില്ല."

ദൂരെനിന്നും ഞാൻ വരുന്നതു കണ്ടിട്ടാവണം ദ്വാരപാലകന്മാർ കൊട്ടാരകവാടം മലർക്കെതുറന്നിട്ടത്. ചെറുതായി ഒന്നു വിടർത്തിയാലും അനായാസമായി അകത്തേക്കു കടക്കാൻ പോന്ന ശരീരപ്രകൃതമുള്ള എനിക്കുവേണ്ടി സ്വാഗതത്തോടെ ഇത്ര വലിയ വാതിൽ എന്തിനാണ്

പൂർണ്ണമായും തുറന്നത്? ഞാൻ അകത്തു കടന്നു. മുൻവശത്തെ വലിയ പൂന്തോട്ടം ചുറ്റി, മുല്ലപ്പൂക്കളുടെ ഗന്ധം ശ്വസിച്ച്, പൂമുഖത്തെത്തുന്നതു വരെ ആ കവാടം തുറന്നുതന്നെ കിടന്നു, പിന്നീട് തുറന്നതിനേക്കാൾ വേഗത്തിൽ അവർ അടച്ചു.

പൂജാമുറിയുടെ വാതില്ക്കൽ ഞാൻ കാത്തുനിന്നു. എന്നെ കൂട്ടി കൊണ്ടുവന്നവർ ഞങ്ങളുടെ കടമ തീർന്നു എന്ന മട്ടിൽ തലപ്പാവുകൾ ഊരി കക്ഷത്തിൽ വെച്ച്, ചൂരൽവടി കൊണ്ട് നിലത്തടിച്ച് ഉദാസീനഭാവത്തിൽ നടന്നുപോയി.

പൂജാമുറി തുറന്ന ഉടൻതന്നെ ബഹമാനത്തോടെ മേയറെ വന്ദിച്ചു. പത്തോ പന്ത്രണ്ടോ മണിക്കൂറുകൾകൊണ്ട് മേയർ ശാരീരികമായിത്തന്നെ വളർന്നിരിക്കുന്നു. ഒരുപക്ഷേ, മേൽവസ്ത്രങ്ങളില്ലാതെ കണ്ടതുകൊണ്ടു തോന്നിയതാവാം.

മേയർ ചുണ്ടനക്കി: “ഈ വലിയ കൊട്ടാരവും, അതിനേക്കാൾ വലിയ പൂന്തോട്ടവും വൃത്തിയായി സൂക്ഷിക്കാൻ എനിക്കൊരു തൂപ്പുകാരനെ അത്യാവശ്യമായിരിക്കുന്നു. പഴയ മേയർ, ആ പന്നിയുടെ പുത്രൻ, നാടിനെയെന്നപോലെ ഈ കൊട്ടാരത്തേയും വൃത്തികേടാക്കി. ഈ കൊട്ടാരത്തിലെ ശുചിത്വം ഞാൻ നിങ്ങളെ ഏല്പിക്കുന്നു. നിങ്ങൾക്ക് ഇവിടെ നിന്നും ഭക്ഷണം കിട്ടും, ധരിക്കാൻ വസ്ത്രങ്ങൾ തരും. ഇവിടെത്തന്നെ താമസിക്കുകയും ചെയ്യാം. രാഹുകാലത്തിനു മുൻപ് ജോലിയിൽ പ്രവേശിക്കുക.”

ഈ വാർത്ത ആരു കേട്ടാൽ കൂടുതൽ സന്തോഷിക്കുമോ, അവൾ അരുന്ധതി ഒരുപക്ഷേ, ഉറങ്ങാതെ എന്നെ ഓർത്തു കിടക്കുകയാവും. എന്റെ സഹപ്രവർത്തകരിൽ പലർക്കും പലവിധതോന്നലുകളുണ്ടാകാനും ഇതുമതി.

മേയർ അപ്രത്യക്ഷനായിക്കഴിഞ്ഞിരുന്നു. ആ നില്പിൽ ഞാൻ അകലെ വെളുക്കാൻ തുടങ്ങുന്ന മാനം കണ്ടു. എന്നെ കാണാതാവുന്ന ഇത്തരം പ്രഭാതങ്ങൾ മുമ്പൊരിക്കലും ഉണ്ടാവാത്ത സ്ഥിതിക്ക് അവളുടെ ഇപ്പോഴത്തെ മാനസിക നില എന്താവും? പലതും സംഭവിക്കാം. തെരുവിൽ അബോധാവസ്ഥയിൽ ചുരുണ്ടു വീഴാനും മതി.

ഇത്തരം ചിന്തകൾ കൂർത്തനഖങ്ങളുപയോഗിച്ച് എന്റെ മനസ്സിനെ മാന്തിപ്പൊട്ടിച്ചുകൊണ്ടിരുന്നപ്പോൾ രണ്ട് ഭടന്മാർ എന്റെ മുന്നിലെത്തി. ഒരാളുടെ കൈയിൽ വെള്ളപ്പാത്രത്തിൽ പ്രഭാത ഭക്ഷണം, മറ്റേയാളുടെ കൈയിൽ സ്വർണ്ണക്കമ്പികൾ കൊണ്ടു കെട്ടിയ വെൺചാമരചൂൽ. ചൂടുപാൽ ഊതിക്കുടിക്കുന്നതുവരെ യാതൊരക്ഷമയും പ്രദർശിപ്പിക്കാതെ അവർ കാത്തുനിന്നു. അതിന് ശേഷം പാത്രം കഴുകിത്തരാമെന്ന അഭ്യർത്ഥനയെ സ്നേഹപൂർവ്വം നിരസിച്ച് പാത്രം വാങ്ങി ചൂൽ എന്നെ ഏല്പിച്ച് അവർ കടന്നുപോയി.

ഞാൻ എന്റെ ജോലി ആരംഭിച്ചു. മേയർ പറഞ്ഞത് ശരിയായിരുന്നു. എട്ടുകാലിവലകളും പൊടിയും കൈയടയാളങ്ങളും കൊണ്ട് വൃത്തി

കേടായി കിടന്നിരുന്ന മുറികൾ ഞാൻ ശുചിയാക്കി. നിലത്ത് മുഖം നോക്കാനും ചുമരുകളിൽ തിളക്കമുണ്ടാക്കാനും എനിക്ക് അധികനേരം വേണ്ടിവന്നില്ല. എന്റെ മാംസപേശികൾ വിയർത്തൊഴുകി പ്രയത്നിച്ചു. വലിയ മുറികളിൽ ഉയരത്തിലായിരുന്നു ജാലകങ്ങൾ. വെളിച്ചം കടന്നു വരുന്ന ഭാഗത്തെല്ലാം മിഥ്യാബോധത്തോടെ ഞാൻ നോക്കി. ചില ജാല കങ്ങളിലൂടെ ആകാശത്തുണ്ട് കാണാമായിരുന്നു. അവയിലൂടെ ഇഴഞ്ഞുപോകുന്ന മേഘങ്ങൾക്ക് അരുന്ധതിയുടെ മുഖച്ഛായയുണ്ടോ? തെരുവിലെ ആൾക്കൂട്ടത്തിന്റെ നിഴൽപ്പാടുകൾ അവിടെ തെളിയു ന്നുണ്ടോ?

എനിക്ക് വർണ്ണഭംഗിയുള്ള ഉടുപ്പുകൾ കിട്ടി. അവയൊക്കെ ഞാൻ ധരിച്ച ശേഷം കണ്ണാടിയിൽ കണ്ടു. സ്വർണ്ണത്തളികയുടെ മുമ്പിലിരുന്ന് എന്റെ നാവിന്റെ സ്വപ്നമായ പല ആഹാരപദാർത്ഥങ്ങളും എനിക്ക് കഴി ക്കേണ്ടിവന്നു. എന്റെ താടിയെല്ലുകളും അന്നനാളവും ആമാശയവും പ്രവർത്തിക്കുമ്പോഴൊക്കെ മനസ്സ് മറ്റൊരു മേച്ചിൽ പറമ്പിലായിരുന്നു. അവിടെ വിശക്കുമ്പോൾ അത്തിപ്പഴങ്ങൾ തിന്ന് പച്ചവെള്ളം കുടിക്കുന്ന അരുന്ധതിയും, എച്ചിൽ വീപ്പകൾക്ക് ചുറ്റും വട്ടമിട്ടിരിക്കുന്ന എന്റെ സഹ ചാരികളും ഇരുപ്പുറപ്പിച്ചു. സ്വർണ്ണത്തളികയിൽ വീണ എന്റെ കണ്ണീർ കണങ്ങൾ ഉപ്പിന്റെ കുറവ് പരിഹരിക്കാനാവാം എന്ന് പരിഹാസത്തോടെ ദേഹണ്ഡപ്പുരയിലെ ജോലിക്കാർ കരുതിയിട്ടുണ്ടാവാം.

എനിക്കായി മാത്രം ഒരു മുറി ഒരുക്കിയിരിക്കുന്നു. അവയ്ക്ക് ദീർഘ ചതുരത്തിലുള്ള മരത്തടികൾ കൊണ്ടുള്ള മേൽത്തട്ടുണ്ടായിരുന്നു. അവയ്ക്ക് മുകളിൽ ആമയോടുകൾ. കനത്ത ഉച്ചവെയിലിൽ തണുപ്പ്. ഇഴശക്തി നഷ്ടപ്പെട്ട ഉരഗവർഗ്ഗ ജീവിയെപ്പോലെ അതിനകത്ത് കിട ന്നു. അവിടെ എന്റെ ഉറക്കം, ഉയരത്തിൽ, അകലങ്ങളിൽ പുൽനാമ്പുകൾ കാണാതെ അലഞ്ഞു.

ഉച്ചയ്ക്കു ശേഷമാണ് എന്നും പൂന്തോട്ടത്തിലേക്ക് കടന്നുവരുന്ന ത്. ചിത്രശലഭങ്ങൾ എന്റെ മുടിയിഴകളിൽ പൂമ്പൊടി വിതറി. വണ്ടു കൾ എനിക്കായി മാത്രം പാടി. ചുവടു നനച്ചതിലുള്ള പ്രതിഫലം എന്നോണം പുഷ്പങ്ങൾ എന്റെ കവിളിൽ ചുംബിച്ചു.

ആ രാത്രിയിൽ സ്വച്ഛന്ദ സുന്ദരമായ ആകാശം നിലാവിൽ പൊതി ഞ്ഞു. നിശാഗന്ധികളുടെ സുഗന്ധം കാറ്റിൽ വിതുമ്പി നിന്നു. രാപ്പാടി കൾ പാടിത്തളർന്നു. ഞാനുറങ്ങിയില്ല. അരുന്ധതിയില്ലാതെ കടന്നുപോയ പകലുകൾ മൃതദേഹങ്ങൾ പോലെ എന്റെ പിന്നിൽ പെരുകി.

ഉറക്കമില്ലാതിരുന്നിട്ടും എന്റെ ജോലിയിൽ യാതൊരു വിഘ്നവും വരുത്തിയില്ല. കൊട്ടാരത്തിലെ നിലങ്ങൾ മങ്ങാതെ ഞാൻ സൂക്ഷിച്ചു. ചിലന്തികൾ എന്റെ മുന്നിൽ മുട്ടുകുത്തി.

വിശ്രമവേളകളിൽ ഞാൻ പലതും ചികഞ്ഞുനോക്കി. കാരണങ്ങൾ സ്വയം ആരാഞ്ഞു. എനിക്ക് ഭക്ഷണവും വസ്ത്രവും പാർപ്പിടവും ലഭി ച്ചല്ലോ. പിന്നെന്തിനു ഞാൻ ദുഃഖിക്കുന്നു. ആ ചോദ്യത്തോടെ എന്റെ

ഉള്ളറകൾ പൊട്ടി. ഞാൻ നിശ്ശബ്ദമായി ഗർജ്ജിച്ചു, എനിക്ക് മേയറെ കാണണം, അപേക്ഷിക്കണം. യാചിക്കണം. പ്രഭോ, ദാരിദ്ര്യത്തിന്റെ പകലുകളിലേക്ക് എന്നെ തള്ളിവിടുക. അവിടെ പറക്കുന്ന പറവകളെയും കൂട്ടത്തോടെ മേയുന്ന കന്നുകാലികളെയും മതിവരുന്നതുവരെ നോക്കി നില്ക്കട്ടെ. ഉദയസൂര്യനേക്കാൾ തിളക്കമുള്ള എന്റെ അരുന്ധതിയുടെ മുഖം കണ്ടിട്ട് എത്രനാളായി. എന്റെ കൂട്ടുകാരുടെ വിളർത്ത ചിരിയും, മഞ്ഞച്ച കണ്ണുകളും ഞാൻ മറന്നു തുടങ്ങിയിരിക്കുന്നു.

കണ്ടുമുട്ടിയ ഓരോ ഭടനോടും ഞാനപേക്ഷിച്ചു: “മേയറെ കാണാനുള്ള അവസരം എനിക്കുണ്ടാക്കിത്തരൂ.” എല്ലാവരും ഒരേ സ്വരത്തിൽ ഒരേ താളത്തിൽ പറഞ്ഞു: “കണ്ടു കിട്ടാൻ വിഷമമാണ്. ഒഴുകുന്ന പുഴകളെ തടഞ്ഞു നിർത്തി അണകെട്ടി വെള്ളം ശേഖരിച്ച്, തിരിച്ചു വിട്ടാലേ ധാന്യവിളകൾ ഉണ്ടാവൂ. ശിലകൾ സ്ഥാപിക്കാതെ അണക്കെട്ടുകളുണ്ടാകുമോ? ആ തിരക്കിലാണ് അദ്ദേഹം.”

ആരോ അവരെ ഈ ഉത്തരം അക്ഷരവടിവോടെ പറയാൻ പഠിപ്പിച്ചിരുന്നതായി എനിക്കു തോന്നി. എനിക്കരിശം കയറി. അവരെ നോക്കി ആഭാസ വാക്കുകൾപറഞ്ഞ് പ്രകോപിപ്പിച്ച്, കഠിനമായ മർദ്ദനം ഏല്ക്കാൻ ഞാൻ തീരുമാനിച്ചു. അതിന്റെ നിയമരപരമായ ശിക്ഷയ്ക്കു മുമ്പുള്ള വിചാരണയ്ക്കു വേണ്ടിയെങ്കിലും അവർ എന്നെ മേയറുടെ മുമ്പിൽ ഹാജരാക്കും. അപ്പോൾ എനിക്ക് എല്ലാം തുറന്നു പറയാം. പക്ഷേ, അതും ഫലിച്ചില്ല. ശ്വാസം നിർത്താതെ ഞാനവരെ നോക്കി അസഭ്യവാക്കുകൾ ചൊരിഞ്ഞു. ബധിരന്മാരെപ്പോലെ അവർ നിന്നതേയുള്ളൂ. എന്റെ നാവ് തളർന്നപ്പോൾ യാതൊന്നും സംഭവിക്കാത്ത മട്ടിൽ അവർ നടന്നു പോയി. എന്നിൽ കൂടുതൽ രോഷം ആളിക്കത്തി. ഞാൻ സർവ്വശക്തിയുമുപോഗിച്ച് അലറി. സ്വർണ്ണം കെട്ടിയ ചൂലും വെള്ളിപ്പാത്രവും ഞാൻ മുറ്റത്തേക്കെറിഞ്ഞു. എന്റെ മുറിയിൽ ചെന്നു കിടന്നു കിതച്ചു.

എനിക്കൊരിക്കലും ഈ കൊട്ടാരത്തിൽ നിന്നു രക്ഷപ്പെടാൻ കഴിയില്ലെന്ന ധാരണയുടെ കനത്ത വള്ളികൾ പടർന്നു. മേയറെ എവ്വിധമെങ്കിലും കണ്ടെത്തുക എന്ന ഒറ്റ വയ്ക്കോൽത്തുരുമ്പു മാത്രമേ അവശേഷിച്ചിരുന്നുള്ളൂ. ശാരീരികമായും മാനസികമായും നന്നേ ക്ഷീണിച്ചിരുന്നതിനാൽ ഞാൻ ഒന്നു മയങ്ങി.

പിറ്റേന്ന് പ്രകടമായ ചില മാറ്റങ്ങൾ കണ്ടു. എനിക്ക് പ്രഭാത ഭക്ഷണം വൈകി. പതിവായി കിട്ടിക്കൊണ്ടിരുന്നതിനേക്കാൾ പോഷക മൂല്യം കുറവായിരുന്നു. വൈകിക്കിട്ടിയ ആഹാരങ്ങൾക്ക് വെള്ളിപ്പാത്രം ചെമ്പു പാത്രമായി മാറി. സ്വർണ്ണക്കമ്പികൊണ്ടു കെട്ടിയ ചൂലും അപ്രത്യക്ഷമായി. പകരം അത്രയൊന്നും ഭംഗിയില്ലാത്ത മറ്റൊന്ന്. ഇതിനെല്ലാം പുറമെ എന്റെ ജോലിയുടെ വ്യാപ്തി കുറയ്ക്കുന്ന ഒരു ഉത്തരവും കിട്ടി. ആ ഉത്തരവിൻ പ്രകാരം പൂന്തോട്ടം നോക്കുന്ന ജോലിയിൽ നിന്നും എന്നെ ഒഴിവാക്കിയിരുന്നു. ഇനിമുതൽ കൊട്ടാരം മാത്രം ഞാൻ ശ്രദ്ധിച്ചാൽ മതി.

എന്റെ ദിനരാത്രങ്ങൾ പിന്നെയും നീങ്ങി. ഓർമ്മകൾ എപ്പോഴും

കൊട്ടാരവാതിലിനു പുറത്തു നിന്നു. അവയ്ക്ക് വൃദ്ധിക്ഷയങ്ങളുണ്ടായി. കാലാവസ്ഥയിൽ വരുന്ന മാറ്റങ്ങൾക്കനുസരിച്ച് പുറത്ത് പലതരം പക്ഷികൾ ചിലച്ചു. അരുന്ധതി എനിക്കകത്തിരുന്നു കരഞ്ഞു. എന്റെ ഉയരാത്ത കൈകൾ ആ കണ്ണുകൾ തുടയ്ക്കാൻ മുതിർന്നു. കൊട്ടാരം വൃത്തിയായിത്തന്നെ കിടന്നു. പൂക്കളിൽ പുഴുക്കൾ ഇഴയുന്നത് നോക്കി നില്ക്കാനല്ലാതെ, ഉത്തരവിൻ പ്രകാരം മറ്റൊന്നിനും എനിക്ക് കഴിഞ്ഞില്ല. കൊട്ടാരത്തിനു ചുറ്റുമുള്ള കന്മതിലുകളിൽ മഴയേറ്റ് പായൽ കട്ടിപിടിച്ചു. ആ മതിലിനപ്പുറത്ത് അരുന്ധതിയും കൂട്ടരും ജീവിക്കുന്നു എന്നോർമ്മിപ്പിക്കാൻ മാത്രമാണോ ഈ കരിങ്കൽ ചുമർ ഉയർന്നു നില്ക്കുന്നത്?

ഈയിടെയായി എന്തു ശബ്ദം കേട്ടാലും ചെവിയോർക്കുന്ന ഒരു സ്വഭാവം എനിക്കുണ്ടായിരുന്നു. ഞാൻ സംശയിച്ചു. എവിടെ നിന്നോ ഒരു ആരവം കേൾക്കുന്നു. ആ ശബ്ദഘോഷം ഈ കൊട്ടാരത്തെ ലക്ഷ്യമാക്കിയുള്ളതല്ലേ? അതൊക്കെ വെറും തോന്നലുകളെന്ന അനുഭവം ഉണ്ടായിട്ടും വീണ്ടും വീണ്ടും വൃഥ വ്യാമോഹിച്ചു. അതുവഴി കൈവന്ന മാനസിക സംതൃപ്തിയും ക്രമേണ ചോർന്നു പോയി. കൂട്ടായ ശബ്ദത്തിന്റെ പീരങ്കികൾ ഈ കോട്ടമതിൽ തകർക്കുമെന്നും, അണപൊട്ടിയ വെള്ളം കണക്കെ ഞാൻ പുറത്തേക്കു കുത്തിയൊഴുകുമെന്നും പിന്നീടു ഞാൻ സങ്കല്പിച്ചിട്ടില്ല.

ഇതിനകം പുറംലോകത്തുള്ളവരുടെ ഒരു മറവിയായി ഞാൻ തീർന്നുകഴിഞ്ഞിട്ടുണ്ടാവാം. ശ്രദ്ധ പിടിച്ചുപറ്റാതെ അപ്രത്യക്ഷരാവുന്നതിൽ ഒരാൾ മാത്രം. അരുന്ധതിയെ സംബന്ധിച്ചും ഇങ്ങനെ വിലയിരുത്തുന്നതു ശരിയാണോ? വല്ലപ്പോഴും അവളുടെ ചിന്തയിൽ ചെന്നുവീഴുന്ന ഒരു ക്ഷുദ്രജീവിയായി ഞാൻ മാറിയിട്ടുണ്ടാവും എന്നു കരുതുന്നത് കുറെ കടന്ന കൈയല്ലേ?

വീണ്ടും മേയറെ കാണാനുള്ള ഒരു ശ്രമം കൂടി ഞാൻ നടത്തി. എനിക്കു കിട്ടിയ മറുപടിയുടെ നീളവും വീതിയും ഇത്തവണയും തുല്യമായിരുന്നു. “ഹേ മനുഷ്യാ, നിങ്ങൾ ഈ നാട്ടിലെ ഹരിജനങ്ങളെ, നിങ്ങളുടെ സ്വന്തം വർഗ്ഗത്തെ മറന്നുവോ? അവർക്ക് കൃഷിചെയ്യാൻ ഭൂമിയും താമസിക്കാൻ വീടും വേണ്ടേ? നിങ്ങളുടെ പരാതി കേൾക്കാൻ മാത്രം അദ്ദേഹം ഇവിടെ വന്നാൽ മേല്പറഞ്ഞ സല്ക്കർമ്മങ്ങൾക്ക് ആര് നേതൃത്വം കൊടുക്കും?”

ഇത്തവണ ഞാൻ സമചിത്തത കൈവെടിഞ്ഞില്ല. കുറെനേരം അവരുടെ മുഖത്തേക്കു നിസ്സഹായതയോടെ നോക്കി നിന്നശേഷം എന്റെ മുറിയിലേക്കു മടങ്ങി.

പിറ്റേന്ന് ഞാൻ പ്രതീക്ഷിച്ചപോലെ പുതിയ ഒരുത്തരവു കിട്ടി. ആദ്യത്തെ ഉത്തരവുമായി ബന്ധപ്പെടുത്തിക്കൊണ്ടാണ് മറ്റൊരു കല്പനയുണ്ടായിരിക്കുന്നത്. ഇന്നു മുതൽ കൊട്ടാരത്തിനകത്തെ രണ്ടു മുറികൾ മാത്രം ഞാൻ വൃത്തിയാക്കിയാൽ മതി. ഒന്നു ഞാൻ താമസിക്കു

ന്നതും മറ്റേത് ശേഖരിപ്പു മുറിയും.

എന്റെ വിശ്രമസമയം ഏറി വന്നു. ശരീരത്തേക്കാൾ ഏറെ അത് എന്റെ മനസ്സിനെ ബാധിച്ചു. എനിക്കായി കിട്ടിയ തണുത്ത മുറിയിൽ ഞാൻ ചുരുണ്ടുകൂടി. മുറിഞ്ഞു മുറിഞ്ഞു ചിന്തിക്കാൻ കഴിഞ്ഞിരുന്നതിനാൽ ആദ്യകാലങ്ങളിൽ അനുഭവപ്പെട്ടിരുന്ന വീർപ്പുമുട്ട് ഇപ്പോഴില്ല. സുഷുപ്തിയുടെയും ജാഗ്രതയുടെയും ഇടയ്ക്കുള്ള പാളികളിൽ അരുന്ധതിയുടെ മുഖം മിന്നിമറഞ്ഞു. അവൾ പണ്ടത്തെക്കാൾ കറുത്തിരിക്കുന്നു; അവശയായിരിക്കുന്നു. മുടിക്ക് ഒരു ചാരനിറം കൈവന്നിട്ടുണ്ടോ?

മറ്റൊരു പ്രഭാതത്തിൽ കുറെ കെട്ടുപണിക്കാർ ചേർന്ന് കൊട്ടാരമതിൽ ഉയർത്തുന്നത് ഞാൻ കണ്ടു. എനിക്കെതിരേ വന്ന, എന്നെ കടന്നുപോയ കാലാൾപ്പടക്കാരോടു ഞാൻ ചോദിച്ചു: “എന്തിനാണ് ഈ മതിൽ വീണ്ടും ഉയർത്തുന്നത്?” ഇത്തവണ അവർ എന്തുകൊണ്ടോ ഏകരൂപത്തിലുള്ള അഭിപ്രായങ്ങൾ പറഞ്ഞില്ല. ചിലർ അമർഷത്തോടെ പിറുപിറുത്തു. ഞങ്ങൾക്കറിയില്ല, അല്ലെങ്കിൽ എല്ലാം ഞങ്ങളോട് ചോദിച്ചിട്ടല്ലല്ലോ മേയർ ചെയ്യുന്നത്. വേറെ ചിലരുടെ അഭിപ്രായത്തിൽ മതിലിന്റെ ഉയരക്കൂടുതൽ അത്യാവശ്യമാണ്.

പെട്ടെന്ന് മാറിയ പ്രകൃതി ധാരമുറിയാതെ പൊഴിയാൻ തുടങ്ങി. നനഞ്ഞൊലിക്കുന്ന ഭൂമിയിൽ തവിട്ടു വസ്ത്രങ്ങൾകൊണ്ട് ശിരസ്സുവരെ മൂടി മുഖംമാത്രം കാണിച്ച് ദ്വാരപാലകന്മാർ ആ അവസ്ഥയിലും കൊട്ടാരം കാത്തു. ഇവർക്ക് ഉറക്കമോ തളർച്ചയോ ഇല്ല. ഉണ്ടായിരുന്നെങ്കിൽ ഏതെങ്കിലും രാത്രിയിൽ മൂന്നാം യാമത്തിൽ, പേമാരി സൃഷ്ടിദുഃഖത്തിൽ പിടയുമ്പോൾ എനിക്ക് പുറത്തേക്കോടി രക്ഷപ്പെടാമായിരുന്നു. ആ ധാരണയും ഞാൻ തിരുത്തി. ഇവിടെനിന്നുള്ള രക്ഷപ്പെടൽ മരണത്തിനുതുല്യമായ ഒരു സാഹസംമാത്രമാണ്.

പതുക്കെ പതുക്കെ ഞാൻ പലതും മറന്നു. ഞാനിവിടെ വന്നിട്ടെത്രകാലമായി എന്നുപോലും കൃത്യമായി എനിക്കോർക്കാൻ കഴിഞ്ഞില്ല. എന്റെ വയസ്സ് കണക്കു കൂട്ടി. ഞാൻ പലതവണ പരാജയപ്പെട്ടു. ഉറക്കത്തിൽ തെരുവുകളിൽ ചാരം മൂടി. ചാരക്കൂമ്പാരങ്ങൾക്കിടയിൽ അവിടവിടെയായി കിടന്നിരുന്ന അസ്ഥിപഞ്ജരങ്ങളിൽ അരുന്ധതിയുടെ തലയോട് ഞാൻ തിരിച്ചറിഞ്ഞു. നെഞ്ചിനകത്തെ എല്ലുകൾ നീറി ദ്രവിച്ചു. കൺതടങ്ങളിലെ കുഴികൾ ഈർപ്പം തട്ടി കുതിർന്നും കിടന്നിരുന്നു.

എന്റെ ഓർമ്മയിൽ നിന്നും അരുന്ധതി തെറിച്ചു പോയേക്കുമോ എന്നു ഞാൻ ഭയന്നു. കാത്തിരുപ്പുഷെഡ്ഡിൽ എന്റെ കൂടെ കിടന്നുറങ്ങിയവർ മറവിയുടെ എണ്ണക്കിണറുകളിൽ പൊങ്ങിയും താണും കിടന്നു. അവരൊക്കെ ഒരു കാലത്ത് എന്നോടൊപ്പം ചൂലും മുറവും പേറി നടന്നവരായിരുന്നു.

വിശ്രമസമയം നിത്യേന കൂടി വരുന്തോറും എന്റെ തലച്ചോറിൽ കൂണുകൾ പെരുകി. പകലും രാത്രിയും നിലത്ത് കിടന്നുരുണ്ടു. കൃത്യസമയത്തുള്ള ഭക്ഷണത്തിന്റെ വരവു നിലച്ചു. എന്റെ വസ്ത്രങ്ങൾ നിറം

മങ്ങി കീറിത്തുടങ്ങിയിട്ടും പുതിയവ കിട്ടിയില്ല.

നീണ്ട തുടലിൽ കിടന്നുള്ള എന്റെ വിശ്രമം തുടർന്നു. ഒച്ചയനക്കം ഒരു ശല്യമായിത്തീരുമ്പോൾ ചെറുതായി ഒന്നു തല ഉയർത്തുകയും വീണ്ടും കിടക്കുകയും ചെയ്തു. വല്ലപ്പോഴും ഒരു പുഷ്പചക്രവുമേന്തി അരുന്ധതി കടന്നുവന്നു. എന്റെ മൃത ശരീരത്തിൽ വെച്ച ശേഷം ഒരു ഭ്രാന്തിയെപ്പോലെ അലമുറയിട്ട് അവൾ മടങ്ങിപ്പോയി.

ഈ നീർച്ചുഴിയിൽനിന്നും രക്ഷപ്പെടാൻ മറ്റൊരു മാർഗ്ഗം ഞാൻ കണ്ടുപിടിച്ചു. എന്നെ ഏല്പിച്ച മുറികളെ അതിരറ്റു സ്നേഹിക്കുക. വിജാഗിരികൾ, സാക്ഷകൾ, ചുമർ ചിത്രങ്ങൾക്കു പുറകിലെ പല്ലികൾ മൂളിപ്പറക്കുന്ന വോട്ടാളൻ, ഇവയെല്ലാം കുശലം ചോദിച്ചും ആരോടെന്നില്ലാതെ പിറുപിറുത്തും സമയം തള്ളി നീക്കി. മുറിക്കകം എന്റെ ലോകമായി. പുറത്തിറങ്ങുന്നതുപോലും അപൂർവ്വമാണ്. പണ്ടത്തേതിന്റെ ഇരട്ടി ഉയരത്തിൽ പൊക്കിക്കെട്ടിയ കന്മതിൽ ആകാശത്തെ എന്റെ ദൃഷ്ടിയിൽ നിന്നും മറച്ചു.

ആഹാരത്തിനുള്ള രുചി പാടെ നശിച്ചു. ഇരുമ്പു പിഞ്ഞാണത്തിൽ കിടന്നു ചീഞ്ഞ ഭക്ഷണപദാർത്ഥങ്ങളിൽ ഈച്ചകൾ പെരുകി. ഞാൻ ഈച്ചകളെ വളർത്തി. അവ എന്റെ തലയിലും മൂക്കിലും വന്നിരുന്ന് രോഗാണുക്കളെ ചുരണ്ടിയിട്ടു. വിഷൂചികയോ, മസൂരിബാധയോ പ്രതീക്ഷിച്ചു ഞാൻ കിടന്നു. പക്ഷെ, എനിക്കൊന്നുംതന്നെ സംഭവിച്ചില്ല. രോഗാണുക്കൾ പിറന്നപാടെ മരിച്ചുകാണണം.

കൊട്ടാരത്തിനകത്തും പുറത്തും നടക്കുന്ന ചില ഒരുക്കങ്ങൾ ഞാൻ ശ്രദ്ധിച്ചു. പായൽ ചുരണ്ടിക്കളഞ്ഞ് മതിൽ വൃത്തിയാക്കി. വർണ്ണക്കടലാസുകൾ ഭിത്തികളിൽ പാറി. പുറത്തു മുഴങ്ങിയ വാദ്യമേളങ്ങളുടെ ശബ്ദം അകത്തും ഒളിച്ചെത്തി. കതിനാ വെടികൾ എന്റെ കർണ്ണചർമ്മത്തെ നോവിച്ചു. അമിട്ടുകൾ സ്വാതന്ത്ര്യ ലഹരിയിൽ ആകാശത്തിലേക്കു കുതിച്ചു ചിതറി. നീണാൾ വാണരുളട്ടെയെന്ന ആശംസകളും, ആഹ്ളാദത്തിന്റെ കുരവകളും മേഘത്തിൽത്തട്ടി പ്രതിധ്വനിച്ചു.

അധികാരത്തിന്റെ പിറന്നാൾ ആഘോഷിക്കുന്നു എന്ന് ചോദിച്ചവരൊക്കെ പറഞ്ഞു. മേയർ സ്ഥലത്തുണ്ടെന്നും കാണാൻ പറ്റിയ അവസരം ഇതാണെന്നും ഞാൻ ഉള്ളിൽ കണക്കു കൂട്ടി.

കൊട്ടാരവളപ്പിൽ ശബ്ദകോലാഹലങ്ങൾ തുടൽ പൊട്ടിച്ചപ്പോൾ ഞാൻ മുറി വിട്ടിറങ്ങി. വരാന്തയിലെ വലിയ തൂണിന്റെ മറപറ്റി ഞാൻ എല്ലാം ശ്രദ്ധിച്ചു.

അംഗരക്ഷകരും കാലാൾപ്പടയും കുതിരപ്പടയും കൊട്ടാരവാതിലിലൂടെ പുറത്തേക്കൊഴുകിക്കൊണ്ടിരുന്നു. പെട്ടെന്നാണ് മേയർ എന്റെ ദൃഷ്ടിയിൽ പെട്ടത്. നൂറ്റിയൊന്ന് കൗൺസിലർമാരുടെ നടുവിലൂടെ ഔദ്യോഗിക വസ്ത്രങ്ങളുടെ തലയെടുപ്പോടെ അദ്ദേഹം നീങ്ങുന്നു.

ആ നിമിഷത്തിൽ ഞാൻ കുതിച്ചു. എന്റെ അലർച്ച കൊട്ടാരത്തിൽ ഭൂചലനമുണ്ടാക്കി. "നില്ക്കൂ, എനിക്കു പറയാനുള്ളതു കേൾക്കൂ."

ഇത്രയും പറഞ്ഞുകൊണ്ട് ഒരു വെട്ടുപോത്തിനെപ്പോലെ ഞാൻ പാഞ്ഞു. നൊടിയിടകൊണ്ട് കൗൺസിലർമാരുടെ നിര ഞാൻ ഭേദിച്ചു. പക്ഷേ, മേയറുടെ തൊട്ടരികിലെത്തുന്നതിനു മുമ്പേ എന്റെ കാൽവണ്ണയിലെ ഒരസ്ത്രം വന്നു തറച്ചു. എന്റെ എല്ലിനെ തുളച്ച് ചോര ചീറ്റി. ഞാൻ കമിഴ്ന്നടിച്ചുവീണു.

ഭടന്മാർ എന്നെ പിടിച്ചെഴുന്നേല്പിച്ചു. ബലം പ്രയോഗിച്ച് അവർ എന്നെ മണ്ണിലൂടെ വലിച്ചിഴച്ചു. വാർന്നുപൊയ്ക്കൊണ്ടിരുന്ന രക്തത്തെ ക്കുറിച്ചു ഞാൻ ചിന്തിച്ചില്ല. ആ നിലയിൽ ഞാൻ പൊട്ടിച്ചിരിച്ചു. ആ ചിരി കരിമരുന്ന് പ്രയോഗങ്ങളെക്കാൾ ഉച്ചത്തിലായിരുന്നു. ഗജവീരന്മാ രെക്കാൾ വലിയ തലയെടുപ്പ് എന്റെ മുഖത്തുണ്ടായിരുന്നു.

അവർ സംഘം ചേർന്ന് എന്നെ പരിപൂർണ്ണമായി കീഴടക്കി. മുന്നോ ട്ടുകുതിക്കാനുള്ള എന്റെ ശക്തിയുടെ കാൽമുട്ടുകൾ അവർ തല്ലിയൊടി ച്ചു. എന്റെ വായ് പൊത്തിപ്പിടിച്ചിരുന്നതിനാൽ ശബ്ദങ്ങൾ ശ്വാസം മുട്ടി മരിച്ചു.

ഒരു വലിയ മുറിയുടെ വാതില്ക്കൽ അവർ എന്നെ എത്തിച്ചു. എന്നെ അകത്തേക്കെറിഞ്ഞ ശേഷം പുറത്തുനിന്നും അവർ പൂട്ടി. ഞാൻ ഉയര ത്തിലേക്കു നോക്കി. മുകളിൽ മാത്രം ഒരു ചെറിയ ജാലകം. ചിറകുണ്ടെ ങ്കിൽ മാത്രം രക്ഷപ്പെടാൻ കഴിഞ്ഞേക്കാവുന്ന മുറി.

ഏറെ നേരം കഴിഞ്ഞപ്പോൾ വാതിലിൽ ഘടിപ്പിച്ചിരുന്ന, മുഖം മാത്രം കാണാൻ പറ്റിയ, ഇരുമ്പുകമ്പിയിട്ടുറപ്പിച്ച ചെറിയ പാളി നീങ്ങി. എന്നെ ശക്തിയായി വലിച്ചിഴച്ചവരിൽ ഒരാൾ അവിടെ പ്രത്യക്ഷപ്പെട്ടു. നീളമുള്ള ഒരു താക്കോൽ അകത്തേക്കിട്ട ശേഷം അയാൾ പറഞ്ഞു: "ഈ മുറി യുടെ താക്കോലാണിത്. പുറത്തുനിന്നും പൂട്ടിയിട്ടുണ്ട്. ആവശ്യമുള്ള പ്പോൾ, ഈ തടവുവെറുക്കുമ്പോൾ സ്വാതന്ത്ര്യം വേണമെന്നു തോന്നു മ്പോൾ താങ്കൾക്കു തുറക്കാം. പുറംലോകത്തേക്ക് കൈയും വീശി നടന്നു പോകാം." ഇത്രയും പറഞ്ഞശേഷം ആദ്യം അയാളും തുടർന്ന് മറ്റുള്ള വരും പൊട്ടിച്ചിരിച്ചു.

അവരുടെ പൊട്ടിച്ചിരി അവസാനിച്ച നിമിഷം തന്നെ ഞാൻ എല്ലാ വരെയും അത്ഭുതപ്പെടുത്തുമാറ് പുഞ്ചിരിച്ചു. അവരുടെ മുഖഭാവം പെട്ടെന്നു മാറി. ജിജ്ഞാസയുടെ തീക്കനൽ അവരുടെ കണ്ണുകളിൽ തിള ങ്ങി.

ഓരോരുത്തരും മാറി മാറി ചോദിച്ചു: "ഈ മാനസിക അവസ്ഥ യിൽ നിങ്ങൾക്കു ചിരിക്കാൻ കഴിയുന്നുവോ? എന്തിനാണ് ചിരിച്ചത്? അതും പരിഹാസത്തോടുള്ള ചിരി."

ഞാൻ പറഞ്ഞു:

"നിങ്ങൾക്കെല്ലാവർക്കും ഒരു വലിയ അബദ്ധം പറ്റിയിരിക്കുന്നു."

എന്താണത്?

എന്താണത്?

അവർ ഒരുമിച്ചു കൂടി.

എന്റെ മനസ്സ് ഇപ്പോൾ സമതലത്തിലൂടെയാണ് ഒഴുകുന്നത്. വസ്തുക്കളെ സാവധാനം സാവകാശത്തോടെ കാണാനും പറഞ്ഞു മനസ്സിലാക്കാനുമുള്ള കഴിവ് എനിക്കു കൈവന്നിരിക്കുന്നു. അതിനു മുമ്പായി ചിലതൊക്കെ ചെയ്തുതീർക്കാനുണ്ട്.

പുറത്തുനിന്നു പൂട്ടിയ മുറിയുടെ അകത്തെ സാക്ഷയിട്ടു. വാതിലിനുമുകളിലും താഴത്തുമുള്ള ഇരുമ്പു കുറ്റികൾ ഭദ്രമായി ഉറപ്പിച്ചു. അത്ര എളുപ്പത്തിലൊന്നും അവർക്ക് ഈ മുറി തുറക്കാൻ കഴിയില്ല.

"എന്താണെന്നു പറയൂ." അവരുടെ ഉൽക്കണ്ഠ കോപത്തിലേക്കു വഴുതി വീഴാൻ തുടങ്ങിയിരുന്നു.

എന്റെ തലയിൽ മസ്തിഷ്കം സ്ഥിതിചെയ്യുന്ന ഭാഗത്ത് വിരലൂന്നി ഞാൻ പറഞ്ഞു:

"ഇതിവിടെയുണ്ടെന്ന കാര്യം മറന്നതാണ് നിങ്ങൾക്കും മേയർക്കും അയാളുടെ മുൻഗാമികൾക്കും പറ്റിയ ഏറ്റവും വലിയ അബദ്ധം. ഇതിന്റെ ചലനങ്ങൾ നിയന്ത്രിക്കാനുള്ള താക്കോൽ ഇനിയും കണ്ടുപിടിക്കേണ്ടിയിരിക്കുന്നു."

9 789384 445423

Printed by Libri Plureos GmbH in Hamburg,
Germany